எடிசன்:
கண்டுபிடி

இலந்தை சு. இராமசாமி

எடிசன்:

கண்டுபிடிப்புகளின் கதாநாயகன்

இலந்தை சு. இராமசாமி

கிழக்கு பதிப்பகம்

Edison: Kandupidippugalin Kathanayagan – by Elanthai S. Ramasamy © First Edition–August 2005 | Published by: Kizhakku Pathippagam, A division of New Horizon Media Private Limited, No. 33/15, IInd Floor, Eldams Road, Alwarpet, Chennai 600 018 | Phone : 044-42009601/03/04 | Fax: 044-43009701 | email: sales@newhorizonmedia.co.in | Book Size : Demy 1/8 | Paper: 18.6 kg Maplitho Pages 168 | Price Rs. 60.00

கிழக்கு பதிப்பகம் வெளியீடு : 76

எடிசன்: கண்டுபிடிப்புகளின் கதாநாயகன்
விலை : ரூபாய் 60

எடிசன்: கண்டுபிடிப்புகளின் கதாநாயகன் © இலந்தை சு. இராமசாமி | முதல் பதிப்பு - ஆகஸ்ட் 2005 | வெளியீடு: கிழக்கு பதிப்பகம், எண். 33/15, 2வது மாடி, எல்டாம்ஸ் ரோடு, ஆழ்வார்பேட்டை, சென்னை - 18. தொலைபேசி: 044- 42009601/03/04 | தொலை நகல்: 044-43009701 மின்னஞ்சல்: *sales@newhorizonmedia.co.in* | ஆசிரியரை அணுக: *subbaierramasami@yahoo.com*

பதிப்பாளர் : ***பத்ரி சேஷாத்ரி***
பதிப்பாசிரியர் : ***பா. ராகவன்***
ஆசிரியர் குழு : ***ஆர். பார்த்தசாரதி, முத்துராமன், முகில்***
மேல் அட்டை வடிவமைப்பு : ***எஸ்கே***
நூல் வடிவமைப்பு : ***எஸ். கதிரவன்***
அச்சாக்கம் : ரத்னா ஆப்செட் பிரிண்டர்ஸ் – சென்னை –14.

இந்நூலின் முழு உரிமை, ஆசிரியரைச் சாரும். இக்குறிப்பிட்ட நூலில் இருந்து தகவல்களை எடுத்தாள்வதோ, சில பகுதிகளை மட்டும் பயன்படுத்துவதோ, வேறு வகைகளில் மறு பிரசுரம் செய்வதோ, அச்சு மற்றும் மின் ஊடகங்களில் மறு பதிப்பிடுவதோ, காப்புரிமைச் சட்டப்படி தடைசெய்யப்பட்டதாகும். மதிப்புரைகள், விமரிசனங்களின் தேவைக்கு ஏற்ப இந்நூலின் சில பகுதிகளை மேற்கோளாக எடுத்துக்காட்டுவது இவ்வகையில் சேராது.

ISBN 81-8368-075-5

கிழக்கு பதிப்பகத்தின் வெளியீடுகள் பற்றிய
மேலதிக விவரங்களுக்கு : http://www.newhorizonmedia.co.in/kizhakku/

நூல்களை இணையம் மூலம்
வாங்குவதற்கு : http://www.kamadenu.com/

முன்னுரை

"அப்பா, இன்று நாம் கிரீன்ஃபீல்ட் வில்லேஜைப் (Greenfield Village) பார்க்கப்போகிறோம்" என்றான் என் மகன்.

"அங்கே என்ன விசேஷம்" என்று கேட்டேன்.

"அங்கே ஹென்றி போர்டு ஒரு பெரிய கிராமத்தை உருவாக்கி இருக்கிறார். இங்கிலாந்தில் 400 வருடங்களுக்கு முன்னிருந்த வீட்டை அப்படியே கொண்டு வந்து மீண்டும் எழுப்பி இருக்கிறார். அதைப்போல தாமஸ் ஆல்வா எடிசனுடைய சோதனைச்சாலை, ஆப்ரஹாம் லிங்கன் வக்கீலாகப் பணிபுரிந்த நீதிமன்றம் போன்ற பழம்பெருமை வாய்ந்த இடங்களை எல்லாம் அப்படியே எடுத்துவந்து இங்கே நிறுவியிருக்கிறார். இருநூறு வருடங்களுக்கு முன்னே இருந்ததைப் போன்ற ஆப்பிள் சாறு பிழியும் ஆலைகள், குதிரை லாயங்கள், தொழுவங்கள், வயல்கள் எல்லாவற்றையும் அங்கே பார்க்கலாம்" என்றான் என் மகன்.

அப்பொழுது அவன் இருந்த ஊர் டெட்ராய்ட். அமெரிக்காவில் மிஷிகன் மாநிலத்தில் இருக்கும் பெரிய நகரம். அதற்கு கார்களின் மாநகரம் என்று பெயர். அங்கே நான் என் மகனைப் பார்க்கப் போயிருந்தேன். அப்பொழுதுதான் என்னையும் என் மனைவியையும் கிரீன்ஃபீல்ட் வில்லேஜுக்கு அழைத்துச் சென்றான். உள்ளே போனதும் குதிரை வண்டியில் அங்குள்ள இடங்களைச் சுற்றிப் பார்த்தோம். நூறு ஆண்டுகள் பின்னோக்கிப் போனது போன்ற உணர்வு. தாமஸ் ஆல்வா எடிசனின் "கண்டுபிடிப்புத் தொழிற்சாலை" என்று பெயர் பெற்ற மென்லோ பார்க் சோதனைச்சாலை அங்கே இடம் பெயர்ந்திருந்தது. சோதனைச் சாலை, நூலகம், அவர் கண்டுபிடித்த கருவிகளான ஃபோனோ

எடிசன்: கண்டுபிடிப்புகளின் கதாநாயகன் • 5

கிராஃப், மின்விளக்கு, ஒளிப்படக் கேமரா எல்லாம் வைக்கப் பட்டிருந்தன. அந்தத் தொழிற்சாலையில் பணிபுரிந்தோரைக் கவனித்துக் கொண்ட திருமதி ஜோர்டானுடைய விடுதியும் இருந்தது. உலகிலேயே முதன்முதலில் மின் இணைப்புப் பெற்ற வீடுகளில் ஒன்று அது.

1998-ம் ஆண்டு என் மகன் குடியிருக்கும் எடிசன் நகருக்குச் சென்றேன். அமெரிக்காவில் நியூ ஜெர்ஸி மாநிலத்தில் இருக்கிறது. விஞ்ஞானி தாமஸ் ஆல்வா எடிசனின் பெயரால் அந்நகர் திகழ்கிறது. வருடத்துக்கு ஒருமுறையேனும் அங்கு செல்கிறேன். அங்கேயுள்ள எடிசன் கோபுரம், எடிசன் பொருள் காட்சி சாலை எல்லாவற்றையும் பார்த்திருக்கிறேன். எடிசனின் தொழிற்கூடமும் ஆய்வுக்கூடமும் இருந்த மென்லோ பார்க்கில் காலார நடந்திருக்கிறேன். நியூ யார்க்கில் முதன்முதல் நிறுவப் பட்ட பெர்ல் மின் நிலையம், 5-வது அவென்யூ ஆகிய இடங் களுக்குச் சென்றிருக்கிறேன்.

ஓஹாயோ சென்றபோது எடிசன் பிறந்த ஊரான மிலானைப் பார்த்திருக்கிறேன். 2004-ம் ஆண்டு அக்டோபர் மாதம் கனடாவில் உள்ள டொராண்டோவில் தமிழரங்கில் கலந்து கொள்வதற்காக நண்பர்கள் அழைப்பின் பேரில் சிகாகோவி லிருந்து டொராண்டோவுக்கு, எடிசன் வாழ்ந்து பணிபுரிந்த ஊராகிய போர்ட் ஹூரான் வழியாகச் சென்றோம். அதே பாதையில்தான் அவர் தந்தி அலுவலராகப் பணிபுரிந்த ஸ்ட்ராட் போர்ட் இருக்கிறது. இவை தவிர லூயிவில், நாஷ்வில் ஆகிய இடங்களுக்கும் ஃப்ளோரிடாவுக்கும் சென்றிருக்கிறேன். இவை யெல்லாம் எடிசனுடன் தொடர்புடைய இடங்கள். அவருடைய தாத்தா குடியிருந்த வியன்னா, கனடாவில் இருக்கிறது. கனடா வில் இருந்து திரும்பி வரும்போது அங்கும் சென்றுள்ளேன். எனவே அமெரிக்காவிலும் கனடாவிலும் எடிசனின் பாதம் பட்ட பல பகுதிகளில் பெரும்பாலான இடங்களில் என் பாதமும் பட்டிருக்கிறது என்பதில் எனக்கு மகிழ்ச்சி. எப்பொழுதாவது எடிசனின் வாழ்க்கை வரலாற்றை எழுதவேண்டும் என்ற எண்ணம் இருந்தது.

2004 டிசம்பர் மாதம் நண்பர்கள் பத்ரி சேஷாத்ரியும் பா.ராகவனும் எடிசனைப் பற்றி வாழ்க்கை வரலாறு எழுதுங்களேன் என்று கேட்டபோது என் மனத்தில் இயங்கிக் கொண்டிருந்த எண்ணம் அவர்கள் வாக்காக வெளிப்பட்டிருப்பதை அறிந்து மகிழ்ந்தேன்.

கடந்த ஆயிரம் ஆண்டுகளில் யார் மிகச் சிறந்த மனிதர் என்று கண்டறிய, கி.பி 2000-ல் லைஃப் பத்திரிகை வாக்கெடுப்பு நடத்தியது. நூறு பேரைத் தேர்ந்தெடுத்தார்கள். அதில் முதல் இடத்தைப் பிடித்தவர் எடிசன். இருபதாம் நூற்றாண்டை உருவாக்கியவர் என்று சொல்லப்படுபவர். ஒரு தனி மனிதர் 1,093 கண்டுபிடிப்புகளைப் பதிவு செய்துள்ள சாதனை இதுவரை முறியடிக்கப்படவில்லை.

எடிசன் ஓர் அதிசய மனிதர். அவர் இரவெல்லாம் விழித்திருந்து இருட்டை வென்றதால் உலகுக்கு ஒளியைக் கொணர்ந்தார். உழைப்பு எடிசனின் உருவம் பெற்று மண்ணில் நடமாடியது. அவர் சிந்திய வியர்வை முத்துக்கள் விலை மதிப்பற்றவையாயின.

ஒரு பெரியவர் சொன்னார்: ''எடிசனுடைய தொழிற்சாலையிலிருந்து பேடண்ட் அலுவலகத்துக்குச் செல்லும் பாதை எப்பொழுதும் சூடாக இருந்தது. பேடண்ட் பதிவு செய்வதற்கு எடிசன் நடந்து நடந்து பாதை சூடேறி விட்டது.''

தூக்கத்தில் கனவு காணாத அவர்
விழித்திருக்கும்போது கனவு கண்டார்
காலத்துக்கு அவர் கட்டுப்படவில்லை.
ஆனால்
காலம் அவருக்குக் கட்டுப்பட்டது.
ஆய்வில் புகமுடியா மறதி
ஓய்வில் புகுந்து உலுக்கியது
தன் பெயரைக்கூட மறக்கும் அளவுக்கு ஆட்டிப் படைத்தது.
அதிர்ஷ்டத்தில் அவநம்பிக்கை கொண்டார்
வியர்வையில் உயர்வைக் கண்டார்

''ஒரு விழுக்காடு உள்ளுணர்வு, 99 விழுக்காடு வியர்வை.'' இதுதான் அவரது சித்தாந்தம். தோல்விகளே அவருக்குப் போதி மரங்கள். ஆய்வுக்களங்களே அவருக்கு வேள்விக் கூடங்கள். ''இன்னும் கொஞ்சம் நம்பிக்கை'' இதுதான் அவரது தாரக மந்திரம்.

மதம் சொன்னாலும் சரி, மனிதன் சொன்னாலும் சரி, ஆய்வு செய்யாமல் எதையும் அவர் ஏற்றுக் கொண்டதில்லை. ''முடியாதது'' என்பதும் ஆய்வுக்குட்பட்டதே!

கடவுள்கூடச் சோதனைக்கு உட்பட்டவர் என்பதே அவரது கருத்து. கடவுளை ஆய்வுக்கு உட்படுத்த இயலவில்லை. எனவே அவர் கடவுளை நம்பவில்லை.

"பனிக்கட்டி நீரில் மூழ்குவதாக வடிவமைத்திருந்தால் இந்த உலகம் அழிந்து போயிருக்கும். அதை மிதப்பதாக வடிவமைத்தது ஒரு மாபெரும் அறிவாற்றல். எனவே மாபெரும் அறிவு ஒன்று உண்டு என்பதை நம்புகிறேன்" என்றார்.

விடாமுயற்சி எடிசனை விடாமல் பிடித்துக்கொண்டது. தன்னம்பிக்கை, விடாமுயற்சியின் மகுடம்.

ஏழு வயது எடிசனை அவனது பள்ளி ஆசிரியர் 'மண்டு' என்றார். ஆனால் அந்த 'மண்டு'வின் அறிவாற்றலைக் கண்டு உலகம் வியந்தது.

அவரது காதுகள் கேட்காதவை. ஆனால் அவரது குரல் ஃபோனோகிராஃப் கருவியில் ஒலிக்காது போயிருந்தால் பதிவுக் கருவிகளின் வருகை பலகாலம் தள்ளிப் போயிருக்கும். காது கேளாத அவர்தான் தொலைபேசிக் கருவியின் கார்பன் ட்ரான்ஸ்மிட்டரைக் கண்டுபிடித்தார்.

ஒலிக்கருவியின் ஒலியைக் கேட்க இயலாமல் அதிர்வைப் பல்லால் கடித்துப் பார்த்து உணர்ந்தாராம். ஓர் அறிஞர் வேடிக்கை யாகச் சொன்னார். "எடிசன் மட்டும் மின்விளக்கைக் கண்டு பிடிக்காமல் இருந்திருந்தால் இன்று தொலைக்காட்சியை மெழுகுவர்த்தியின் வெளிச்சத்தில் பார்த்துக் கொண்டிருப் போம்."

தமது கண்டுபிடிப்பால் பொதுமக்கள் (குறிப்பாக ஏழைகள்) பயனடைய வேண்டும் என எடிசன் விரும்பினார். எனவே அவர் தாம் உற்பத்தி செய்யும் மின்விளக்குகளை எல்லோரும் வாங்கிப் பயனடையும் அளவுக்கு மலிவாக உற்பத்தி செய்ய வேண்டும் என்று விரும்பினார்.

எடிசன் சொன்னார்: "நான் உற்பத்தி செய்யப் போகும் மின்விளக்கு சந்தைக்கு வந்த பிறகு, ஏழைகள் வீட்டில் மின்விளக்குகள் எரியும். பணக்காரர்கள்தாம் மெழுகு வர்த்திகளை விலைகொடுத்து வாங்க முடியும்."

பதினான்கு வயதில் 'வீக்லி ஹெரால்ட்' என்ற பத்திரிகைக்கு ஆசிரியரானார். ஓடும் ரயிலில், அந்த இளம் வயதில் பத்திரிகை ஆசிரியராகவும் அச்சிடுபவராகவும் விற்பனையாளராகவும் திகழ்ந்தவர் வேறு எவரும் அன்றும் இல்லை, இன்றும் இல்லை.

படிப்பதே அவருக்கு ஓய்வு, படிக்காத நேரத்தில் ஆய்வு.

ஒரு பொருளைப் பற்றி ஆராய்வது என்று தீர்மானித்துவிட்டால், அதைப் பற்றித் தனக்குத் தெரியுமா தெரியாதா என்று அவர் கவலைப்படுவதில்லை. அந்தப் பொருளைப் பற்றி உலகில் எத்தனை புத்தகங்கள் வெளியாகி இருக்கின்றனவோ அத்தனையையும் வாங்கிப் படித்து விடுவார். புத்தகங்கள்தாம் அவருக்குத் தலையணை.

அவர் படிப்பால் உயர்ந்தார், சாதிக்கும் துடிப்பால் உயர்ந்தார், முனைப்பால் வென்றார், மக்கள் நினைப்பில் நின்றார். ஓர் உலகத் தலைவரோ, சர்வாதிகாரியோ சாதிக்க முடியாததை, ஒரு தனி மனிதனாகச் சாதித்துக் காட்டினார். தொடக்கத்தில் அவரிடம் பண பலமில்லை, படை பலமில்லை, அடிவருடிகள் இல்லை. என்றாலும், இருபதாம் நூற்றாண்டை எழில்மயமாக்கினார். நமது காதுகளைக் கேட்க வைத்தார். இருளை வெருள வைத்தார். தூங்காமல் அவர் பெற்றது அவதி. அவர் வாழ்வால் நாம் பெற்றது வசதி. அவருடைய வரலாறு, நம்பிக்கையின் வரலாறு, வியர்வையின் வரலாறு, சாதனையின் வரலாறு, வெற்றியின் வரலாறு. மொத்தத்தில் இது ஒரு சாதனை வரலாறு.

இதை ஒன்றாகவும் பார்க்கலாம், ஒவ்வொன்றாகவும் பார்க்கலாம்.

- இலந்தை சு. இராமசாமி
சென்னை.

1

'அல், அல்' என்று கத்தினார் நான்சி எலியட். பதில் வரவில்லை. மீண்டும் கத்தினார். பதில் வரவில்லை.

"அல்லைப் பார்த்தாயா டேன்னி" என்று கேட்டார்.

"இல்லையே அம்மா, காலையிலே என்கூடத்தான் வெளியே வந்தான். திரும்பி வந்துவிட்டானே!" என்றாள் டேன்னி.

"இப்படித்தான் சொல்லாமல் எங்கேயாவது அடிக்கடி போய் விடுகிறான்" என்றான் வில்லியம் பிப். அவன் அல்லின் அண்ணன்.

அல்லின் தாயார் நான்சி பதறினார். "குழந்தை எங்கே போய் விட்டான் என்று தெரியவில்லையே! டேன்னி முன் அறையில் கூடையில் வாத்து முட்டைகள் வைத்திருக்கிறேன். எடுத்துக் கொண்டு வா" என்றார்.

டேன்னி போய்த் தேடிப் பார்த்துவிட்டு, "அம்மா, அங்கே வாத்து முட்டைகளைக் காணவில்லை. கூடைதான் இருக்கிறது" என்றாள்.

"வாத்து முட்டைகளைக் காணவில்லை. உங்க அப்பா இப்போ வந்து விடுவாரே, ஏதாவது அவருக்குச் செய்து கொடுக்கணுமே. வாத்து முட்டையையும் காணோம். அல்லையும் காணோம். என்னாச்சு?" என்றார்.

"அம்மா, காலையிலே என்னோடு வந்தபோது பக்கத்து வீட்டில் வாத்து அடைகாத்துக் கொண்டிருப்பதைப் பார்த்தான் அல். வாத்து ஏன் முட்டைகளின் மேல் உட்கார்ந்து கொண்டிருக்கிறது

எடிசன்: கண்டுபிடிப்புகளின் கதாநாயகன் • 11

என்று கேட்டான். குஞ்சு பொறிப்பதற்காக அடைகாக்கிறது என்று சொன்னேன். தாயினுடைய உடம்புச் சூடு முட்டையில் ஏறினால் குஞ்சு வெளிவரும் என்றேன்'' என்றாள் டேன்னி.

"முட்டை காணாமல் போயிருப்பதற்கும் இதற்கும் ஏதாவது சம்பந்தம் இருக்குமோ? போய்த் தேடிப்பார்'' என்றார் அம்மா.

இதற்குள் அல்லின் தந்தை சாமுவேல் எடிசன் வந்தார். ஆறு அடி உயரம். திடகாத்திரமான உடல். குறுந்தாடி. 48 வயது. உழைப் பால் கடைந்தெடுக்கப்பட்ட கைகள். ஏழு குழந்தைகளுக்குத் தந்தை என்று சொல்ல முடியாத இளமைத் தோற்றம். அவர் வீட்டுக்குள் நுழைந்ததும் சற்றே நிசப்தம்.

"அல்லைக் காணவில்லை'' என்றார் அவரது மனைவி நான்சி எலியட்.

"என்ன காணவில்லை. இத்தனை பேர் இங்கே இருந்தும் ஏன் அவனைச் சரியாகக் கவனித்துக்கொள்ளவில்லை?'' அவர் குரலில் கடுமை தொனித்தது.

காலையிலே என் கூடத்தான் வெளியில் வந்தான். இரண்டு பேரும் ஒன்றாகத்தான் திரும்பி வந்தோம்'' என்றாள் டேன்னி.

"சரி, நான் போய்ப் பார்த்து வருகிறேன்'' என்று வெளியே சென்றார் சாமுவேல். சிறிது நேரத்தில் 'அல்'லை அழைத்துக் கொண்டு வந்தார். "இவன் எங்கே இருந்தான் தெரியுமா? நமது தொழுவத்தில். வைக்கோலைப் பரப்பி அதில் வாத்து முட்டை களை வைத்து அவற்றின் மேல் உட்கார்ந்து கொண்டிருந்தான்'' என்றார் சாமுவேல்.

"ஏன் அப்படி இருந்தானாம்?'' என்று கேட்டான் வில்லியம்.

"அடைகாக்கிறானாம். காலையில் வாத்து, முட்டைகளை அடைகாப்பதைப் பார்த்தானாம். டேன்னி சொன்னதை அவன் நம்பவில்லை. தானே வாத்து முட்டை மேல் அமர்ந்து பார்க்க முடிவு செய்துவிட்டான். கூப்பிட்டால் குஞ்சு பொறிக்கும் வரை வரமாட்டேன் என்கிறான்.''

அம்மா ஓடிச்சென்று அவனைக் கட்டிக் கொண்டார். "என் மகன் பெரிய விஞ்ஞானியாக வருவான்'' என்று அவனைத் தூக்கிக் கொஞ்சினார்.

"சரி, சரி, நாலு வருஷம் பேசாமலேயே இருந்தான். பேச்சு வந்து ஒரு வருஷத்துக்குள்ளே என்ன பேச்சு பேசறான்? யாரைப் பார்த்தாலும் எதையாவது கேட்டுக்கொண்டே இருக்கிறான்.''

"அதிலே உங்களுக்கு என்ன கஷ்டம்?''

"போதுமே தொணதொணப்பு?'' உள்ளூர மகிழ்ச்சியடைந்தாலும் வெளியில் காட்டிக் கொள்ளாமலே பேசினார் சாமுவேல் எடிசன்.

வாத்துமுட்டையை அடைகாத்த அந்த ஐந்து வயதுச் சிறுவன்தான், பிற்காலத்தில் மிகப்பெரிய புகழ்பெற்ற விஞ்ஞானியான தாமஸ் ஆல்வா எடிசன். தன்னுடைய தாத்தா தாமஸ் எடிசன் நினைவாகத் தாமஸ் என்ற பெயரும், தனது நண்பர் கேப்டன் ஆல்வா பிராட்லி (Alva Bradly) என்பவர் நினைவாக ஆல்வா என்றும் தன் கடைக்குட்டிப் பையனுக்குப் பெயர் சூட்டினார் சாமுவேல் எடிசன். எடிசன் என்பது அவர்களது குடும்பப் பெயர்.

எதையும் ஆராய்ந்து பார்த்துத்தான் ஏற்றுக்கொள்வது என்ற கொள்கை தாமஸ் ஆல்வா எடிசனின் ஐந்தாவது வயதிலேயே வெளிப்பட்டதற்குச் சான்றுதான் அடைகாத்த நிகழ்ச்சி. இந்தக் கொள்கைதான் உலகத்திலேயே யாருமே செய்ய முடியாத அளவுக்கு அறிவியல் கண்டுபிடிப்புகளைப் பதிவு செய்த பெருமையை அவருக்குக் கொடுத்தது.

தாமஸ் ஆல்வா எடிசனின் தலை, சாதாரண அளவைவிடச் சற்று பருமனானது. அப்படி அமைப்புள்ள பையன் புத்திசாலியாக இருக்க முடியாது என்பது மருத்துவர்களின் கணிப்பு. ஆனால் அவனது தாய் அந்தக் கருத்தை ஏற்றுக்கொள்ளவில்லை. தன்னுடைய பையன் மகா புத்திசாலி என்று நம்பினார். அதற்கேற்ப அவன் கேள்வி மேல் கேள்வி கேட்டுக் கொண்டிருந்தான். பதில் சொல்லவில்லை என்றால் விடமாட்டான். 'ஏன் பதில் தெரியாதா?' என்று கேட்பான். 'எங்கே இந்தப் பையன் தம்மைக் கேள்வி கேட்பானோ' என்று பதறி ஓடியவர்கள் உண்டு. கேள்வி கேட்பானே தவிர மற்றவர்கள் சொல்வதை ஒழுங்காகக் கேட்க மாட்டான்.

இப்படிப்பட்ட நிலையை ஏ.டி.எஸ். (ADS) என்கிறார்கள். கவனக் குறைவுத் தன்மை (Attention Deficiency Syndrome) என்ற நோயாகக் கருதப்படுகிறது. இந்நாளில் இந்நோய்க்குப் பெரிய

பெரிய சிகிச்சைகள் செய்கிறார்கள். புதிய மருந்துகள் கண்டு பிடிக்கப்பட்டிருக்கின்றன. நல்லவேளையாக அந்த நாளில் அப்படியொரு கருத்து இல்லை. இருந்திருந்தால் தாமஸின் மூளை சிகிச்சையால் மழுங்கடிக்கப்பட்டிருக்கலாம். அல்லது மற்றவர்களைப் போலச் சாதாரண வாழ்க்கை வாழ்ந்திருக்கலாம். எது மற்றவர்களுக்குக் குறைபாடாகத் தெரிந்ததோ அதுவே அவனுக்குப் பக்கபலமாக இருந்தது.

தாமஸ் ஆல்வா எடிசன் அமெரிக்காவில் உள்ள ஓஹாயோ மாநிலத்தில் மிலான் என்ற ஊரில் 11-2-1847-ல் பிறந்தான். அவனது மூதாதையர்கள் 18-ம் நூற்றாண்டின் முற்பகுதியில் ஹாலந்திலிருந்து அமெரிக்காவுக்கு வந்து நியூ ஜெர்ஸி மாநிலத்தின் வெஸ்ட் ஆரஞ்ச் பகுதியில் குடியேறினர். 16 வருடங்கள் கழித்து இந்த இடத்துக்கு அருகேதான் தாமஸ் ஆல்வா எடிசன் உலகப்புகழ்பெற்ற வெஸ்ட் ஆரஞ்ச் சோதனைச் சாலையை நிறுவினார்.

தாமஸ் ஆல்வா எடிசனுடைய முப்பாட்டனார் தாமஸ் எடிசன் நியூ யார்க் மன்ஹாட்டன் தீவில் ஒரு வங்கியில் பணிபுரிந்து வந்தார். அவரது மகன் ஜான் எடிசன் அமெரிக்க காலனிகள் இங்கிலாந்து அரசை எதிர்த்துக் கிளர்ச்சி செய்தபோது இங்கிலாந்துக்கு ஆதரவாக இருந்தார். இதனால் கைதான ஜான் கிட்டத்தட்ட தூக்கில் இடப்படும் நிலைமை ஏற்பட்டது. பின் ஒருவழியாகத் தப்பி கனடாவில் நோவா ஸ்கோஷியா என்னும் இடத்துக்குச் சென்றார். தாமஸ் ஆல்வா எடிசனின் தந்தை சாமுவேல் எடிசன் 1804-ம் ஆண்டு நோவா ஸ்கோஷியாவில் பிறந்தார்.

ஜான் எடிசன், இங்கிலாந்து அரசுக்கு ஆதரவாக நடந்து கொண்டதால் அவருக்கு கனடாவில் 600 ஏக்கர் நிலம் ஒதுக்கப்பட்டது. ஜானும் அவரை அடுத்த இரண்டு தலைமுறையினரும் ஒண்டாரியோ மாகாணத்தில், எரி ஏரியின் வடகரையில், வியன்னா என்ற நகரில் விவசாயம் செய்து வந்தனர். ஜான் அங்கே 102 வயதுவரை வாழ்ந்தார். 1828-ம் ஆண்டு சாமுவேல் எடிசன் வியன்னாவில் பள்ளி ஆசிரியையாகப் பணிபுரிந்து வந்த நான்சி மாத்தியூஸ் எலியட் என்பவரை மணந்தார்.

தந்தை ஜானைப் போலவே சாமுவேலும் புரட்சிக்காரர். சாமுவேல் கனடா தன்னாட்சி பெறவேண்டும் என்று பிரிடிஷ் அரசுக்கு எதிராகப் புரட்சியில் ஈடுபட்டதால் பெர்முடா தீவுக்கு

நாடுகடத்த ஆணையிடப்பட்டார். அதை அரசு செயல்படுத்து வதற்குமுன் யாருக்கும் தெரியாமல் ரகசியமாக 1842-ம் ஆண்டு அமெரிக்காவின் ஒஹாயோ மாகாணத்தில் உள்ள மிலான் நகர் வந்தடைந்தார். வியன்னாவில் இருந்த வீட்டை அரசு அபகரித்துக் கொண்டதால் அவருடைய குடும்பமும் மிலானுக்குக் குடிபுக நேர்ந்தது. வியன்னாவில் இருந்தபோது அவர்களுக்கு நான்கு குழந்தைகள் பிறந்தனர். மிலானுக்கு வந்த பிறகு மூன்று குழந்தைகள் பிறந்தனர். கடைக்குட்டி, தாமஸ் ஆல்வா எடிசன்.

மிலானுக்கு வந்த எட்டு ஆண்டுகளுக்குள் அவர்களது மூன்று குழந்தைகள் இறந்து விட்டார்கள். எனவே கடைக்குட்டியான தாமஸ் ஆல்வா எடிசனின் வளர்ச்சியில் அவரது தாய் மிகவும் அக்கறை காட்டினார். நான்சி எலியட் எடிசன் மிகவும் கண்டிப் பானவர். 1842-ல் அவர்களுடைய மிலான் வீடு கட்டப்பட்டது. மூன்று மாடியுள்ள அந்த வீட்டில் சமையலறையில் தாத்தா காலக் கடிகாரம் ஒன்று உண்டு. அதன் அருகே இருந்த ஆணியில் ஒரு சாட்டை எப்பொழுதும் தொங்கிக் கொண்டிருக்கும். நான்சி எடிசன், தவறு செய்யும் தன் பிள்ளைகளை அந்தச் சாட்டையால் தான் அடிப்பார். தாமஸ் ஆல்வா எடிசனும் அடிவாங்கியதுண்டு.

ஒருமுறை தன் வீட்டுக்கு அருகில் இருந்த பரப்பை ஒட்டி சிறுவன் தாமஸ் விளையாடிக் கொண்டிருந்தான். கையிலே ஒரு தீக்கட்டையைச் சுழற்றி விளையாடினான். அது வைக்கோல் போரில் விழுந்து தீப்பிடித்துக் கொண்டது. இதை அறிந்த தாமஸின் தந்தை சாமுவேல் வீதியில் இருந்த மரத்தில் ஓர் அறிவிப்புப் பலகையைத் தொங்க விட்டார்.

''இன்று மாலை இந்த மரத்தின் அடியில் அல்லுக்குச் சாட்டை அடி கொடுக்கப்படும்.''

அறிவித்தபடி சாட்டையடி கொடுக்கப்பட்டது.

ஒருமுறை, தாமஸும் அவனது நண்பனும் அருகில் இருந்த குளத்துக்குப் போனார்கள். குளத்தில் இறங்கிக் குளித்துக் கொண்டிருந்த நண்பன் அதில் மூழ்கிப் போனான். அவன் வெளியே வருவான் என்று காத்திருந்து பார்த்துவிட்டு வீட்டுக்குச் சென்றான் தாமஸ். சிறிது நேரத்தில் அவனது நண்பனின் தந்தை தாமஸிடம் அந்தப் பையனைப் பற்றி விசாரித்தார். குளத்தி லிருந்து அவன் வெளியே வரவில்லை என்றான் தாமஸ்.

அவனையும் அழைத்துக்கொண்டு குளத்துக்குச் சென்றார்கள். அதற்குள் யாரோ அந்தப் பையனின் சடலத்தை எடுத்து வெளியே போட்டிருந்தனர். அந்தப் பையன் இனி தன்னுடன் விளையாட வரமாட்டான் என்ற உண்மை அப்பொழுதுதான் தாமஸுக்குப் புரிந்தது. தாமஸ் பார்த்த அந்த முதல் சாவு அவனது மனத்தில் நீங்காமல் பதிந்திருந்தது.

தாமஸ் ஐந்து வயதிலேயே படகோட்டிகளின் பாடல்களை மனப்பாடம் செய்து ஒப்புவித்தான். மிலான் அந்தச் சமயத்தில் நல்ல வணிகத் தளமாக இருந்தது. தானியக் கிடங்குகள் அங்கு ஏராளம். தானியங்கள் அங்கிருந்துதான் பல ஊர்களுக்கும் கொண்டு செல்லப்பட்டன. சாமுவேல் எடிசன், வீட்டுக் கூரைகளை வேயப் பயன்படுத்தும் ஷிங்கில்ஸ் எனும் மரத்தகடு செய்வதில் பெயர் பெற்றிருந்தார். அவருக்கு நல்ல வியாபாரம். எனவே வசதியாக வாழ்ந்தார்.

சில ஆண்டுகள் கழித்து அந்த ஊருக்கு ரயில் நிலையம் வந்தது. எனவே படகுப் போக்குவரத்து குறைந்து பலருடைய வியாபாரம் படுத்துவிட்டது. சாமுவேல் எடிசனும் அதனால் பாதிக்கப் பட்டார். எனவே அந்த ஊரிலிருந்து வேறிடத்துக்குக் குடிபெயரத் தீர்மானித்தார்கள்.

மிஷிகன் மாகாணத்தில், கனடாவின் எல்லையை ஒட்டி அமைந்திருக்கும் போர்ட் ஹூரான் (Port Huron) என்ற இடத்தில் ஒரு பெரிய மாளிகையை விலைக்கு வாங்கினார் சாமுவேல். வீட்டைச் சுற்றிப் பத்து ஏக்கர் பரப்பளவு உள்ள நிலம். அங்கே குடிபெயர்வது என முடிவெடுத்தனர்.

2

"அல், நாம் வேற ஊருக்குப் போகப் போகிறோம்" என்றார் நான்சி.

"எந்த ஊருக்கும்மா?" என்று கேட்டான் தாமஸ்.

"போர்ட் ஹூரான் என்ற ஊருக்குப் போகிறோம். மிலானை விடப் பெரிய ஊர்" என்றார் நான்சி.

"போய்விட்டுத் திரும்பி வந்துவிடுவோமா?" என்று கேட்டான் வில்லியம்.

"இல்லை, இல்லை... அங்கேயே போய்விடப் போகிறோம்."

"அம்மா, என்னுடைய சிநேகிதர்களும் அங்கு வருவார்களா?" என்று கேட்டான் தாமஸ்.

"உனக்கு அங்கு நிறையப் புது சிநேகிதர்கள் கிடைப்பார்கள். அங்கே நல்ல பள்ளிக்கூடம் இருக்கிறது. அதில் நீ படிக்கலாம்" என்றார் நான்சி.

"பள்ளிக்கூடத்திலே நான் படிக்கணுமா அம்மா?"

"பள்ளிக்கூடத்திலேதான் உனக்கு நிறைய சிநேகிதர்கள் கிடைப்பார்கள்" என்றார் நான்சி.

"ஏம்மா இங்கேயிருந்து போகணும்" என்று கேட்டான் வில்லியம்.

"இங்கே முன்னைப்போல் வியாபாரம் இல்லை. படகுப் போக்குவரத்து குறைந்து போய்விட்டது. போர்ட் ஹூரானில் பெரிய நதி இருக்கிறது. ஏரி இருக்கிறது. ஊர் அழகாக இருக்கும்"

எடிசன்: கண்டுபிடிப்புகளின் கதாநாயகன் ● 17

என்று பையன்களைப் புது ஊருக்குக் கிளம்ப ஆர்வம் கொள்ளுமாறு ஆயத்தப்படுத்தினார் நான்சி.

தாமஸுடைய ஏழாவது வயதில் 1851-ம் ஆண்டு குடும்பம் போர்ட் ஹூரானுக்குக் குடிபெயர்ந்தது. வீடு பழைய கால கலோனியல் கட்டடம். நிறைய அறைகள் கொண்டது. அடித்தளத்தில் பெரிய அறை ஒன்று இருந்தது. வீட்டைச் சுற்றிப் பலவகையான மரங்கள், செடிகொடிகள். திறந்தவெளி அதிகம் இருந்தது. அங்கிருந்து ரயில் நிலையமும் பக்கம்.

புதிய இடம் தாமஸுக்கு மிகுந்த மகிழ்ச்சியைக் கொடுத்தது. விளையாடுவதற்கு நிறைய இடம் இருந்தாலும் தாமஸின் மனம் அதில் செல்லவில்லை. ஒருநாள் பேசிக் கொண்டிருக்கும்போது அவனது தந்தை, ''நான்சி, அல்லை எப்படி சமாளிப்பதென்றே தெரியவில்லை. எப்பொழுதும் தொணதொணப்பு. அவனைப் பள்ளியில் சேர்த்து விடலாம்'' என்றார். தனக்கும் அந்த எண்ணம் இருப்பதாக நான்சி சொன்னார்.

வீட்டின் அருகில் ஒரு பள்ளிக்கூடம் இருந்தது. அது ஒற்றை யாசிரியர் பள்ளி. 38 மாணவர்கள் படித்தார்கள். ஒரு சிறிய அறை தான் வகுப்பு. தாமஸ் 39-வது மாணவனாகச் சேர்ந்தான். அவனது தாய்தான் பள்ளியில் சேர்ப்பதற்காக தாமஸை அழைத்துச் சென்றிருந்தார். பள்ளியில் இருந்த ஆசிரியருக்கு எடிசனின் தாயும் ஓர் ஆசிரியராக இருந்தவர் என்பது தெரியாது. எனவே பல கேள்விகள் கேட்டார்.

''பையனுடைய பெயர் என்ன?''

''தாமஸ் ஆல்வா எடிசன்''

''பிறந்த தேதி''

''பிப்ரவரி 11, 1849.''

''பையனுக்கு பிறந்ததிலிருந்தே தலை இப்படித்தான் பெரிதாக இருக்கிறதா?'' என்று கேட்டார் ஆசிரியர். இதைக் கேட்டுக் கொண்டிருந்த மற்ற மாணவர்கள் சிரித்தார்கள். தாமஸின் தாய்க்கு எரிச்சல்...

''ஐயா, நானும் ஆசிரியராக இருந்தவள்தான். குழந்தையின் மனம் நோகும்படி பேசக்கூடாது'' என்றார்.

அப்பொழுதே அந்த ஆசிரியருக்கு தாமஸ் மேல் வெறுப்பு வந்து விட்டது. வகுப்பில் தாமஸ் அடிக்கடி கேள்விகள் கேட்டான். சில கேள்விகளுக்கு ஆசிரியராலேயே பதில் சொல்ல முடிய வில்லை. எப்படியோ மூன்று மாதங்கள் ஓடிவிட்டன.

ஒருநாள் ஆசிரியர் பாடம் நடத்திக் கொண்டிருந்தபொழுது சிறுவன் தாமஸ் எதையோ எழுதிக் கொண்டிருந்தான். ஆசிரியர் அதைக் கவனித்தார்.

"அல் என்ன செய்து கொண்டிருக்கிறாய்?"

"நான் படம் வரைந்து கொண்டிருக்கிறேன்" என்றான் தாமஸ். அதைப் பார்த்து ஆசிரியர் அவனைத் திட்டினார். பள்ளிக்கு வந்த ஆய்வாளரிடம் தாமஸைக் காட்டி "மூளை வளர்ச்சியடையாத பையன். கவனக் குறைவுள்ளவன், மண்டு" என்றார்.

கேட்டுக் கொண்டிருந்த தாமஸ் அழுதேவிட்டான். அம்மாவிடம் ஆசிரியர் சொன்னதை அப்படியே சொன்னான். இனி பள்ளிக்குப் போகமாட்டேன் என்று சொன்னான். ஆசிரியராக இருந்த நான்சிக்கு தாமஸின் அருமை தெரியும். புரிகிறதோ இல்லையோ எப்பொழுதும் ஏதாவது ஒரு புத்தகத்தைப் புரட்டிக் கொண்டிருப்பான். "அவனா மண்டு! அவனது புத்திக்கூர்மை அந்த ஆசிரியருக்குத் தெரியவில்லை. அவனுக்கு நானே சொல்லிக் கொடுக்கிறேன்" என்று நான்சி முடிவெடுத்தார். எனவே தாமஸைப் பார்த்து "உனக்கு நானே சொல்லிக் கொடுக்கிறேன். ஆனால் நீ ஒழுங்காகப் படிக்க வேண்டும்" என்றார்.

"படிக்கிறேன்" என்றான் தாமஸ்.

"ஒழுங்காகப் படிக்கவில்லை என்றால் என்ன நடக்கும் தெரியுமா?"

"தெரியுமே?" என்று சொல்லிக் கொண்டே ஓடிப்போய் தாத்தா கடிகாரத்துக்குப் பக்கத்திலிருந்த சாட்டையை எடுத்துக் காட்டினான்.

குழந்தைகளைப் புரிந்து கொள்ளாதவர்கள் ஆசிரியர்களாக இருப்பதற்கு அருகதை அற்றவர்கள் என்றும் அன்றைக்கு இருந்த பொதுக்கல்வி நிலையங்கள் குழந்தைகளின் திறமையை வளர்ப்பதற்கு பதில் அவர்களின் மூளையை மழுங்கடிக்கின்றன என்றும் எண்ணினார் நான்சி.

எடிசன்: கண்டுபிடிப்புகளின் கதாநாயகன் ● 19

அம்மாவின் அரவணைப்பிலும் அன்பான போதனையிலும் தாமஸ் மகிழ்ந்தான். நன்றாகப் படித்தான். இலக்கியத்தில் அவனுக்குத் தீராத ஆர்வம். புதினங்களை அதிகமாகப் படிப்ப தில்லை. அவனுக்குப் பிடித்த எழுத்தாளர் விக்டர் ஹ்யூகோ. அவரது புதினங்களை மட்டும்தான் படித்தான். வரலாறு, அறிவியல் போன்ற பாடங்களில் அளவு கடந்த ஈடுபாடு. அவனது பதினோரு வயதுக்குள் அவன் படித்து முடித்த புத்தகங் களின் பெயர்களைக் கேட்டால் வியப்பாக இருக்கும்: கிப்பன் எழுதிய ''தி ரைஸ் அண்ட் ஃபால் ஆஃப் ரோமன் எம்பயர்'', ''அனாடமி ஆஃப் மெலங்கலி'', ''உலக அறிவியல் அகராதி'', ''செய்முறை ரசாயனம்'' ஆகியவையே அவை.

ஒருநாள் அவன் தந்தை ''உன்னிடம் படிக்கிறான், என்னிடம் நிறையக் கேள்விகள் கேட்கிறான். அப்புறம் சொல்கிறேன் என்றால், இப்போதே சொல் என்று அடம் பிடிக்கிறான்.'' என்று கூறினார்.

அதற்கு நான்சி, ''கேள்விக்கு பதில் தெரியாவிட்டால் தெரியாது என்று சொல்லிவிட வேண்டியதுதானே?'' என்றார்.

''தெரியாது என்றால் ஏன் தெரியாது என்று கேட்கிறான்.''

''நீங்கள் அதைக் கேட்டு மகிழ்ச்சியடைய வேண்டும். நியூட்டன் ஆப்பிள் ஏன் கீழே விழுகிறது என்று கேட்டதனால்தானே புவி ஈர்ப்பு சக்தியைக் கண்டுபிடிக்க முடிந்தது. நீங்கள் பாருங்களேன், நமது அல்லும் ஒருநாள் பெரிய விஞ்ஞானியாக வருவான். உங்களுக்கு ஒன்று தெரியுமா? நேற்று நூலகத்திலிருந்து நியூட்டனின் பிரின்சிபியா புத்தகத்தைக் கொண்டு வந்து கொடுத்தேன். அதைப் படித்தான். அது அவனுக்குப் புரிய வில்லை. எனக்கும் புரியவில்லை. கணக்கிலே அவனுக்கு அவ்வளவு ஆர்வமில்லை. ரசாயனப் புத்தகங்களை விரும்பிப் படிக்கிறான்'' என்றாள்.

''படிக்கட்டும் படிக்கட்டும். நிறையப் படிக்கச் சொல். அப்பொழுதுதான் கேள்வி கேட்க நேரம் இருக்காது.''

''நீங்கள் ஒன்று செய்யுங்களேன். அவனை நூலகத்தில் உறுப்பின ராக்கி விடுங்கள். அவன் புத்தகங்களை எடுத்துப் படிக்கட்டும்'' என்றார் நான்சி.

''சரி, சரி அவனைக் கூப்பிடு.''

தாமஸை தாய் அழைத்து வந்தாள். ''அல், உன்னை நாளை நூலகத்தில் சேர்த்து விடுகிறேன். நீ படிக்கும் ஒவ்வொரு புத்தகத்துக்கும் 10 சென்ட் பணம் கொடுக்கிறேன்.''

''ஹைய்யா'' என்று குதித்தான் தாமஸ். சொற்களைத் தனித்தனியே படிக்காமல் ஒரு வரியையே படித்துவிடும் திறமை இருந்ததால் புத்தகங்களை வெகு வேகமாகப் படித்து முடித்தான். முதலில் நூலகத்தில் அடுக்கி வைத்திருந்த புத்தகங்களை, அவை எதைப் பற்றியவை என்பதுகூடத் தெரியாமல் அடுக்கிலிருந்து ஒவ்வொன்றாக எடுத்துப் படிக்கத் தொடங்கினான். பொருள் வாரியாகப் படிக்கச் சொல்லி நூலகர் ஆலோசனை செய்ததின் பேரில் அதிகமாக ரசாயனப் புத்தகங்களை எடுத்துப் படிக்கத் தொடங்கினான்.

தாமஸுக்குக் கவிதை என்றால் பிடிக்கும். பல கவிதைப் புத்தகங்களைப் படித்தான். அவனுக்கு மிகவும் பிடித்த கவிதை தாமஸ் கிரே எழுதிய 'எலிஜி ரிட்டன் இன் எ கன்ட்ரி சர்ச்யார்ட்' (Elegy Written in a Country Churchyard) இடுகாடு பற்றி எழுதப்பட்ட புலம்பல் பாடல்.

தன் தாய்தான் தன்னை உருவாக்கியதில் பெரும்பங்கு வகித்தார் என்று சொல்லிக் கொள்வதில் பெருமை கொண்டார் தாமஸ் ஆல்வா எடிசன். அவர் எழுதினார். 'என்னை உருவாக்கியவர் என் தாய். என்னிடம் மாறாத நம்பிக்கை கொண்டவர். அவருக்காகவே வாழ வேண்டும், அவரது எதிர்பார்ப்பை எக்காரணம் கொண்டும் பொய்யாக்கக் கூடாது என்பதில் நான் தீவிரமாக இருக்கிறேன்'

அன்னையின் எதிர்பார்ப்பு பொய்யாகவில்லை.

3

''அம்மா, இன்று நூலகத்திலிருந்து இந்தப் புத்தகத்தைக் கொண்டு வந்திருக்கிறேன், பாரேன்'' என்று தாயிடம் தான் கொண்டு வந்திருந்த புத்தகத்தைக் காட்டினான் தாமஸ். அது ஓர் இயல்பியல் புத்தகம்.

''அம்மா, இதில் உள்ள சோதனைகளையெல்லாம் நான் செய்து பார்க்க வேண்டும்'' என்றான்.

''செய்து பாரேன்.''

''இரண்டு டாலர் பணம் வேண்டும். சில பொருள்கள் வாங்க வேண்டும்'' என்றான்.

தாயிடம் பணம் வாங்கிக்கொண்டு போய் பொருள்கள் வாங்கி வந்து அந்தப் புத்தகத்தில் உள்ள பரிசோதனைகள் அனைத்தையும் யாருடைய உதவியும் இன்றித் தானே செய்து பார்த்தான் தாமஸ். ரசாயனத்தில் அதிகம் ஈடுபாடு ஏற்பட்டதால் அவ்வப்பொழுது தாயிடம் பணம் வாங்கி ரசாயனப் பொருள்களை வாங்கிச் சேர்த்தான். கீழ்த்தளத்தில் இருந்த ஓர் அறையை அவனுக்காக ஒதுக்கிக் கொடுத்திருந்தார் நான்சி. ஒரு நாள் அந்த அறைக்குச் சென்ற நான்சி அங்கே பொருள்கள் கண்டபடி இறைந்து கிடப்பதையும் ரசாயனப் பொருள்கள் ஆகையால் தீப்பற்றிக் கொள்ளும் வாய்ப்பு இருப்பதையும் பார்த்து அவனைக் கண்டித்தார். அவன் உள்ளே இருக்கும் நேரம் தவிர வேறு எந்த நேரத்திலும் அறையைப் பூட்டி வைக்கக் கூடாது என்று உத்தரவிட்டார். பொருள்களை ஒழுங்காக அடுக்கி வைக்க ஓர் அலமாரி வாங்கிக் கொடுத்தார்.

தாமஸ் அந்த அலமாரியில் இருநூறு புட்டிகளுக்கு மேல் ரசாயனப் பொருள்களை வாங்கிச் சேர்த்தான். அவன் அங்கில்லாத சமயம் அவனது அண்ணன் வில்லியம் பிட் ரசாயனப் பொருள்களைத் திறந்து பார்த்தான்; இடம் மாற்றி வைத்தான். இதையறிந்த எடிசன் இருநூறு பாட்டில்களிலும் 'விஷம்' என்று சீட்டெழுதி ஒட்டி வைத்தான். அன்றிலிருந்து யாரும் அப்பொருள்களைத் தொடுவதில்லை.

வில்லியம் பிட்டுக்கு ஓவியம் வரைவதில் ஈடுபாடு அதிகம். அவனிடமிருந்து அந்தக் கலையை தாமஸ் கற்றுக் கொண்டான். பின்னாளில் பெரிய விஞ்ஞானி ஆனபொழுது, ஒவ்வொரு திட்டம் தொடங்கும்போதும் படம் வரைந்து அதை விளக்கு வதற்கு வசதியாக இருந்தது.

போர்ட் ஹூரான் வீட்டில் தோட்டம் போடுவதற்கு நிறைய இடம் இருந்ததால் அங்கே காய்கறித் தோட்டம் அமைக்கும் பொறுப்பை தாமஸிடம் ஒப்படைத்தார் அவனது தந்தை. அவனுக்குத் துணையாக மைக்கேல் ஓட்ஸ் என்ற சிறுவனைப் பணிக்கு அமர்த்தினார். எதைச் செய்தாலும் மிகத் தீவிரமாகவும் ஆர்வமாகவும் செய்யும் தாமஸ், காய்கறித் தோட்டத்தை மிக நன்றாக அமைத்தான். எந்தெந்தக் காய்கறிகளை எப்பொழுது பயிர் செய்ய வேண்டும், என்னென்ன உரம் போட வேண்டும் என்பதைப் பற்றி பல புத்தகங்களைப் படித்துத் தெரிந்து கொண்டான். அவனும் மைக்கேலும் அங்கு விளைந்த காய்கறிகளைச் சந்தையில் கொண்டு போய் விற்றார்கள். ஒரு வருடத்தில் $600க்குக் காய்கறி வியாபாரம் நடந்தது. ஆனால் ரசாயன ஆராய்ச்சி இதனால் தடைப்பட்டது. எனவே தாமஸ் காய்கறித் தோட்டத்தைப் பராமரிக்கும் பொறுப்பிலிருந்து விலகிக் கொண்டான்.

சாமுவேல் எடிசன் எதையாவது புதுமையாகச் செய்ய வேண்டும் என்ற எண்ணம் கொண்டவராகையால் தன் வீட்டை ஒட்டி 100 அடி உயரத்துக்கு மரக்கோபுரம் ஒன்றை அமைத்தார். அதன் உச்சியில் தொலைநோக்கி (டெலஸ்கோப்) ஒன்றை நிறுவினார். கோபுரத்தின் உச்சிக்குப் போகப் படிக்கட்டுகளை அமைத்தார். அதன் உச்சியிலிருந்து சுற்றுவட்டாரம் முழுவதையும் பார்க்க முடியும். தாமஸ் அந்தத் தொலைநோக்கி மூலம் இரவுப் பொழுதில் நட்சத்திரங்களைப் பார்த்து அவற்றின் தன்மைகளை அறிந்தான். அது அவனுக்கு ஓர் இனிமையான பொழுதுபோக்கு.

அதில் ஏறிப் பார்ப்பதற்கு 25 சென்ட் கட்டணம் வசூலித்தார் சாமுவேல். முதல் மூன்று மாதங்களில் 3 டாலர்கள் மட்டுமே வசூலாயிற்று. ஒரு சமயம் 600 பள்ளி மாணவர்கள் சுற்றுலா வந்தார்கள். அவர்களை இந்தக் கண்காட்சிக் கோபுரத்தைப் பார்ப்பதற்காக ஆசிரியர்கள் அழைத்து வந்தனர். அன்று நல்ல வருமானம். அதன் பிறகு இந்தச் செய்தி பரவி மாணவர்களும் மற்றவர்களும் வரத் தொடங்கினர். இந்தக் கோபுரக் கண் காணிப்பில் தாமஸ் மிகவும் ஒத்துழைத்தான். கிராண்ட் ட்ரங்க் ரயில் ரோடு நிறுவனம் அந்தக் கோபுரத்தைச் சுற்றுலாத் தலங் களில் ஒன்றாகத் தமது விளம்பரத்தில் அறிவித்தது.

அவர்கள் வசித்து வந்த வீடு ஒரு தீவிபத்தில் எரிந்து போனது. எனவே சாமுவேல் கிரேஷியாட் என்ற பக்கத்துக் கிராமத்தில் ஒரு புதிய வீட்டைக் கட்டினார். பழைய வீட்டில் வைத்திருந்த பூர்வீக மரச்சாமான்கள், கலைப்பொருள்கள் பலவும் தீயில் எரிந்து போனதால் பல புதுப் பொருள்களை வாங்கினார். புதிய வீடு சிறியதாக இருந்தாலும் மிகவும் வசதியாக இருந்தது. இங்கும் கீழ்த்தளத்தில் தாமஸ் தனது சோதனைச் சாலையை நிறுவினான்.

அந்தப் புதிய வீட்டில் ஓரளவு வசதியோடுதான் வாழ்ந்தனர். மர வியாபாரத்துக்குப் பெயர் பெற்ற அந்த ஊரில் அந்தத் தொழிலில் முன் அனுபவமுள்ள சாமுவேல் எடிசன் மிகவும் மதிக்கப் பட்டார்.

தாமஸுக்குக் கணக்குப் பாடத்தில் அவ்வளவாக ஈடுபாடு இல்லை. பெரியவனாகிப் புகழ்பெற்ற பிறகு எடிசன் சொன்னார்: ''கணக்கு வரவில்லை என்பதற்காக நான் கவலைப்படவில்லை. தேவைப்பட்டால் கணித வல்லுனர் ஒருவரை நான் வேலைக்கு வைத்துக் கொள்ள முடியும். ஆனால் என்னை யார் வேலைக்கு வைத்துக் கொள்ள முடியும்?''

தாமஸ் ஒரு புத்தகத்தைக் கையில் எடுத்தால் அதைப் படித்து முடிக்காமல் விடமாட்டான். வேகமாகப் படிக்கும் திறன் வந்து விட்டதால் நூலகமே கதியென்று கிடந்தான்.

பெரியவரான பிறகு தாமஸ் ஆல்வா எடிசன் சொன்னார்: ''நான் சிறு வயதில் வேகமாகப் புத்தகம் படிக்கும் முறையைக் கற்றுக் கொண்டேன். இந்த முறையை நம் பள்ளிக்கூடங்களில் மாணவர்களுக்குக் கற்றுக் கொடுக்க வேண்டும்.''

4

''அம்மா, வீட்டில் இருப்பது பிடிக்கவில்லை. வேலைக்குப் போகிறேன்'' என்றான் தாமஸ்.

''உனக்கு பன்னிரண்டு வயதுதான் ஆகிறது. நீ ஏன் வேலைக்குப் போக வேண்டும்?'' என்றார் அன்னை.

'நான் சம்பாதித்தால் பணம் வருமே!''

''உன் பணம் வந்து இங்கு ஆக வேண்டியது ஒன்றுமில்லை.''

''அம்மா, எனது சோதனைகளுக்கு நிறையப் பொருள்கள் தேவைப்படுகின்றன. அவற்றை வாங்குவதற்காகவாவது சம்பாதிக்கிறேன்.''

''உன் படிப்பு கெட்டுவிடும்.''

''படிப்பு கெடாது அம்மா! நான் ரயில் வண்டியில் பத்திரிகை விற்பதற்காக அனுமதி கேட்டிருந்தேன். ரயில்வே நிர்வாகம் அனுமதி அளித்திருக்கிறது. போர்ட் ஹுரானிலிருந்து டெட்ராய்ட் வரைக்கும் 65 மைல். காலையில் 7 மணிக்குப் போனால் இரவு 9.30 மணிக்கு வந்துவிடுவேன். நடுவிலே டெட்ராய்ட்டில் நிறைய நேரம் இருக்கும். அங்கே நூலகத்தில் படிக்கலாம். நான் விற்கும் பத்திரிகைகளைப் படித்தும் விஷயம் தெரிந்து கொள்ளலாம்.''

''நல்ல திட்டம்தான். ஆனால் உன்னை அனுப்ப எனக்கு விருப்பமில்லை'' என்றார் அம்மா.

''அம்மா, சரியென்று சொல்லம்மா! உனக்கு என் சம்பாத்தியத்திலிருந்து தினமும் ஒரு டாலர் தருகிறேன்.''

அவனது அன்னை சிரித்தார். ''அப்பாவிடம் கேட்டுச் சொல்கிறேன்'' என்றார். அவனது தந்தையும் முதலில் ஒப்புக் கொள்ளவில்லை. அவனது தாய் சொன்னார், ''நம் வீட்டில் அல் தப்பிப் பிறந்திருக்கிறான். எங்குப் பார்த்தாலும் புதிய அறிவியல் சாதனங்களைக் கண்டுபிடிக்க வேண்டும் என்று பலரும் முயற்சி செய்து கொண்டிருக்கிறார்கள். நமது மண்டை பெருத்த மகராசனுக்கும் அந்த ஆசை இருக்கிறது.''

''எனக்கும் தெரியும். மிலானில் இருந்தபோது உடைந்த பலகை களை வைத்து ரோடு போட்டவன்தானே இவன்'' என்றார் சாமுவேல்.

''அவனுக்கு மூளை அதிகமாக இருப்பதனால்தான் தலை பெரிதாக இருக்கிறதென்று நினைக்கிறேன். 'பார்க்கர் ஸ்கூல் பிலாஸபி' புத்தகத்திலுள்ள பரிசோதனைகளைத் தானே ஒரு வாரத்தில் செய்து முடித்திருக்கிறான் பாருங்களேன்.''

''இந்த வீட்டிலேதான் எல்லா வசதியும் இருக்கிறதே, அவன் ஏன் வேலைக்குப் போக வேண்டும்?'' எனக் கேட்டார் சாமுவேல்.

''ரசாயனப் பொருள்கள் வாங்க நம்மிடம் காசு கேட்கத் தயக்கம். இது எதற்கு, அது எதற்கு என்று நாம் கேள்வி கேட்போமே! அவன் இஷ்டத்துக்கு வாங்க முடியாதே.''

''சரி, சரி, அவன் வேலைக்குப் போகட்டும். அவனுக்கு அப்பப்போ பணம் வேண்டுமானால் என்னைக் கேட்கச் சொல்'' என்றார் சாமுவேல்.

கிராண்ட் ட்ரங்க் ரயில் ரோடு நிறுவனம் அந்தப் பகுதியில் ரயில் போக்குவரத்தை இயக்கிக் கொண்டிருந்தது. காலையில் 7.00 மணிக்கு போர்ட் ஹூரானிலிருந்து ரயில் புறப்படும். டெட்ராய்ட்டை காலை 10.00 மணிக்குச் சென்றடையும். மாலை 6.30 மணிக்கு டெட்ராய்ட்டில் கிளம்பினால் இரவு 9.30 மணிக்குத் திரும்பி விடலாம். காலை 10.00 முதல் மாலை 6.30 மணி வரை கையில் நேரம் இருந்ததால் அந்த நேரத்தில் அங்குள்ள நூலகத் துக்குச் சென்று புத்தகங்களைப் படித்தான் தாமஸ். நூலக அதிகாரி யும் தாமஸின் ஆர்வத்தைக் கண்டு அவனுக்கு உதவினார்.

தந்தை தொழில் வல்லுநராகவும் வியாபாரியாகவும் இருந்ததால் வணிக ஆர்வம் தாமஸின் இரத்தத்தில் ஊறிப்போயிருந்தது.

எனவே டெட்ராய்ட்டில், காய்கறிகள், பழங்கள், மிட்டாய்கள் ஆகியவற்றை வாங்கி அவற்றை ரயிலில் எடுத்து வந்து போர்ட் ஹுரானில் அதிக விலைக்கு விற்றான். டெட்ராய்ட்டில் விலை குறைவு. போர்ட் ஹுரானில் மற்றவர்கள் வாங்கும் விலையிலிருந்து தாமஸ் விற்பது குறைவாக இருந்தது. அதனால் தாமஸிடம் வாங்குவதற்குப் போட்டியிருந்தது. நல்ல லாபம் கிடைத்தது. ரயில்வேயில் பணிபுரியும் ஊழியர்களின் மனைவிகளுக்குச் சலுகை விலையில் விற்றான். எனவே ரயில் வண்டியில் பொருள்கள் எடுத்துச் செல்ல அவனிடம் யாரும் கட்டணம் வசூலிக்கவில்லை.

ரயில் வண்டித் தொடரில் ஒரு வண்டி சரக்குக்காக ஒதுக்கப்பட்டிருந்தது. அதில் மூன்று பிரிவுகள் உண்டு சரக்குகளுக்காக, தபாலுக்காக, புகைப்பிடிப்பவர்களுக்காக என்று தனித்தனிப் பகுதி. அதில் புகைப்பிடிப்பவர்களுக்கான பகுதியில் சன்னல்கள் இல்லாததால் யாரும் உபயோகப்படுத்துவதில்லை. தாமஸ் அதைப் பயன்படுத்திக் கொண்டான். இன்னொரு பையனையும் வேலைக்குச் சேர்த்துக் கொள்ள ரயில்வே நிர்வாகத்திடம் அனுமதி பெற்றான்.

போர்ட் ஹுரானில் இரண்டு கடைகளைத் திறந்தான். ஒன்று பத்திரிகை விற்பனைக்காக; மற்றொன்று காய்கறி, பழம், மிட்டாய்கள் விற்பதற்காக. பத்திரிகைக் கடையில் பணி புரிந்தவன் நம்பகமானவனாக இல்லாததால் அந்தக் கடையை மூடிவிட்டு, காய்கறிக் கடையை மட்டும் ஓராண்டு வெற்றிகரமாக நடத்தினான்.

டெட்ராய்ட்டில் தனக்குக் கிடைத்த நேரத்தை நூலகத்தில் செலவிட்டான். ரயிலிலும் ரயில்வே ஸ்டேஷனிலும் பத்திரிகை விற்பதில் பல புதிய முறைகளைக் கையாண்டான். பத்திரிகை விற்கும் பையனாக தாமஸ் பணிபுரிந்தபோது, அமெரிக்காவில் உள்நாட்டுப் போர் வெடித்தது. அடிமை முறையை ஒழிக்க மறுத்த தென்மாநிலங்கள் போரில் தீவிரமாக ஈடுபட்டன. போர்ச் செய்திகளைச் சுமந்து வந்த பத்திரிகைகளை மக்கள் விரும்பி வாங்கினர்.

ரயில்வேயில் தந்தியடிப்பவரிடம் தாமஸ் ஒப்பந்தம் செய்து கொண்டான். அதன்படி டெட்ராய்ட்டில் பத்திரிகை வாங்கி, அதிலுள்ள பரபரப்புச் செய்திகளைக் கவர்ச்சிகரமாக ஒரு சில

வரிகளில் சுருக்கி எழுதிக் கொடுப்பான். அது வழியிலுள்ள ரயில் நிலையங்களுக்கு அனுப்பப்பட்டு அங்குள்ள அறிவிப்புப் பலகைகளில் ஒட்டப்படும். தந்தியடிப்பவருக்கும் அதைப் பெற்று அறிவிப்புப் பலகைகளில் ஒட்டுபவருக்கும் மூன்று மாதப் பத்திரிகை இலவசம். ரயில் நிலையத்துக்கு வருமுன்பே பரபரப்பான செய்திகளைப் படித்த மக்கள், பத்திரிகை வாங்கு வதற்காகக் கூட்டமாகக் காத்திருப்பார்கள்.

ஒருமுறை, உள்நாட்டுப் போரில் ஓரிடத்தில் நடந்த கலவரத்தில் 25,000 பேர் இறந்ததாகச் செய்தி கிடைத்தது. ஆனால் டெட்ராய்ட்டில் பத்திரிகை அலுவலகத்தில் தொங்கவிடப் பட்டிருந்த சுவரொட்டியில் 60,000 பேர் என்று அச்சாகியிருந்தது. சிறுவன் தாமஸுடைய வணிக மூளை உடனே உத்வேகம் கொடுக்க, அவன் நேராகப் பத்திரிகை அலுவலகத்துக்குச் சென் றான். அப்பொழுது அவனுக்குப் பதினைந்து வயது. வெளியே இருந்த காவல்காரன் 'பையன்களை உள்ளே விட அனுமதி யில்லை' என்றான். 'ஒரு முக்கியமான, அவசரமான காரியமாகப் பத்திரிகை ஆசிரியரைப் பார்க்க வேண்டும்' என்றான் தாமஸ்.

'பத்திரிகை ஆசிரியர்' என்று வெளியிலே ஒரு பலகை அறிவித்தது. அந்த அறைக்குள் போனான் தாமஸ். அங்கே இருவர் அமர்ந்திருந்தார்கள்.

''நான் 300 பத்திரிகைகள் வாங்கக் காசு வைத்திருக்கிறேன். எனக்கு 1,000 பத்திரிகைகள் தேவை. கடனாகக் கொடுங்கள். நாளைக்குப் பணம் கட்டி விடுகிறேன்.'' என்றான் தாமஸ்.

''நீ சிறுவன், உனக்குத் தர முடியாது'' என்றார் ஒருவர். ஆனால் அந்தப் பையனின் துடிப்பைக் கவனித்த இன்னொருவர் 'இவனுக்குக் கொடுக்கலாம்' என்றார். அவருடைய பெயர் வில்சன் எஃப்ஸ்டோரே. அவர்தான் சிகாகோ டைம்ஸ் என்ற பத்திரிகையைத் தொடங்கியவர். அவருடைய ஒப்புதல் கிடைத்ததும், இன்னொரு பையனின் உதவியுடன் 1,000 பத்திரிகைகளையும் தூக்கிக்கொண்டு ரயில்வே நிலையம் வந்தான். அங்கிருந்த ஓர் அறையில் அமர்ந்து பத்திரிகைகளை மடித்தான். அந்த நிலையத்திலேயே பல பத்திரிகைகள் விற்றன. தந்தியடிக்கும் நண்பரின் மூலம் பரபரப்புச் செய்தியை எல்லா ரயில் நிலையங்களின் அறிவிப்புப் பலகைகளிலும் ஒட்டுவதற்கு ஏற்பாடு செய்தான்.

அடுத்த நிலையத்துக்குச் செல்வதற்குள் பத்திரிகையின் விலையை 5 சென்டிலிருந்து 10 சென்டாக உயர்த்தினான். சாதாரண நாள்களில் 6 பத்திரிகைகள் விற்கும் அந்த நிலையத்தில் 30 பத்திரிகைகள் விற்றன. அடுத்த நிலையத்தை ரயில் நெருங்கும் போது அரை மைல் தொலைவிலேயே ரயிலிலிருந்து குதித்தான். அவனது நண்பன் மைக்கேல் குதிரையில் காத்துக் கொண்டிருந்தான். அதில் ஏறி ரயில் நிலையம் சென்றான். பத்திரிகையின் விலை 15 சென்டானது. கடைசி ரயில் நிலையத்தில் பத்திரிகையின் விலை 25 சென்டாக உயர்ந்தது. எல்லாப் பத்திரிகைகளும் விற்றுத் தீர்ந்தன. நல்ல வருமானம். சொன்னபடி மறுநாளே கடனை அடைத்தான். எனவே அதற்குப்பின் பத்திரிகைகளைக் கடனாகப் பெறுவது எளிதாயிற்று.

எதைப் பற்றியும் தீவிரமாகச் சிந்திக்கும் தாமஸ், உள்ளூர்ச் செய்திகளை சூடாகத் தருவதற்காக ஒரு பத்திரிகையைத் தானே ஏன் தொடங்கக் கூடாது என்று எண்ணினான். உடனே செயல் பட்டான். வீக்லி ஹெரால்ட் என்ற பத்திரிகை உதயமானது. அந்தப் பத்திரிகைக்கு தாமஸ் ஆல்வா எடிசனே ஆசிரியர், அச்சுக்கோர்ப்பவர், நிருபர், வெளியிடுபவர், விற்பனையாளர். அச்சடிக்கும் இயந்திரம் ஒன்றை ரயிலுக்குள்ளேயே வைத்திருந்தான். ஒரு பத்திரிகையின் விலை 3 சென்ட். ஒரு மாதச் சந்தா 8 சென்ட். 300 சந்தாதாரர்கள் சேர்ந்தார்கள். ஒரு சில அச்சுப் பிழைகள், எழுத்துப் பிழைகள் தவிர பத்திரிகை மிக நன்றாகவே அமைந்திருந்தது. லண்டன் டைம்ஸ் என்ற பத்திரிகை தாமஸின் பத்திரிகை முயற்சியைப் புகழ்ந்து எழுதியது. உலக வரலாற்றிலேயே ரயிலில் அச்சடிக்கப்பட்ட முதல் பத்திரிகை அதுதான். ஒரு பதினைந்து வயதுப் பையன் பத்திரிகை ஆசிரியராக இருந்து வெளியிட்ட பத்திரிகையும் அதுதான்.

தாமஸுக்கு நாளொன்றுக்கு எட்டிலிருந்து பத்து டாலர்கள் வரை வருமானம் கிடைத்தது. தினமும் தாய்க்கு ஒரு டாலர் கொடுத்தான். மீதிப் பணத்தில் தனது சோதனைச் சாலைக்கு வேண்டிய சாமான்களை வாங்கினான். பகல் பொழுதின் பெரும் பகுதியை ரயிலில் கழித்ததால் சோதனைச் சாலை ரயில்வே பெட்டிக்கு மாறியது.

உள்நாட்டு யுத்தம் மிகத் தீவிரமாக நடைபெற்றுக் கொண்டிருந்த போது குடியேற்றம் பெற்றவர்களை ஏற்றிச் செல்ல போர்ட் ஹூரானிலிருந்து மின்னசோட்டா வரை ரயில் விடப்பட்டது.

அதில் நார்வே நாட்டைச் சேர்ந்தவர்கள் அதிகம் பயணம் செய்தார்கள். இந்த வாய்ப்பை நழுவவிட விரும்பாத தாமஸ், புகையிலை, குச்சி மிட்டாய், ரொட்டி போன்றவற்றை ரயில் பெட்டிக்குள் விற்க ஏற்பாடு செய்தான்.

தான் பயன்படுத்திய ரயில் பெட்டியில் தாமஸ் ரசாயனப் பொருள் களை நிறையச் சேகரித்து வைத்திருந்தான். பத்திரிகை, குச்சி மிட்டாய் விற்பதற்கு ஒரு பையனை அமர்த்தியிருந்தான். போர்ட் ஹூரானிலிருந்து டெட்ராயட் போய்வரும் சமயத்தில் ரயில் பெட்டி ரசாயனச் சாலையில் பல பரிசோதனைகள் செய்து பார்த்தான்.

அவன் பயன்படுத்திய பொருள்களில் ஒன்று பாஸ்பரஸ். அது தண்ணீரில் இருக்கும் வரை சாந்தமாக இருக்கும். ஆனால் உலர்ந்து விட்டாலோ, தானாகவே நெருப்பு பற்றிக்கொள்ளும். ஒருமுறை அது தன் குணத்தைக் காட்டிவிட்டது.

5

தாமஸ் பயணம் செய்த அந்த ரயிலின் பொறுப்பாளர் ஸ்காட்லாந்தைச் சேர்ந்தவர். முன்கோபி. என்றாலும் தாமஸ் தனது சோதனைச் சாலையையும் அச்சுக்கூடத்தையும் ரயில் பெட்டிக்குள் வைத்துக் கொள்ள மறுப்பு சொன்னதில்லை.

ஒருநாள் மவுண்ட் கிளமென்ஸ் நிலையத்துக்கு முந்தின நிலையத் திலிருந்து வண்டி கிளம்பி 30 மைல் வேகத்தில் வந்துகொண்டி ருந்தது. ரயில் பாதை அந்தப் பகுதியில் அவ்வளவு செப்பமாக இல்லாததால் சற்று ஆடியது. அதனால் தாமஸின் சோதனைச் சாலையில் ஒரு குடுவைக்குள் வைத்திருந்த பாஸ்பரஸ் கட்டி கீழே விழுந்தது. சிறிது நேரத்தில் தீப்பற்றிக் கொண்டது, எங்கும் புகை. இதைக் கண்ட அந்த வண்டியின் பொறுப்பாளர் இரண்டு வாளிகளில் தண்ணீரைக் கொணர்ந்து தீயை அணைத்தார். தாமஸ் கன்னத்தில் ஓங்கி அறைந்தார். ஏற்கெனவே பழுதுற்றிருந்த அவனது செவிப்புலன் இதனால் மேலும் பாதிக்கப்பட்டது. மவுண்ட் கிளமென்ஸ் நிலையம் வந்ததும் தாமஸின் சாமான்கள் அனைத்தையும் வண்டியிலிருந்து எடுத்து வெளியில் தூக்கி எறிந்துவிட்டார். தாமஸ் தன்னந்தனியாக அந்த நிலையத்தி லிருந்து தனது சாமான்களைத் தனது வீட்டுக்குக் கொண்டு சேர்க்க நேர்ந்தது. எந்த நிலையத்தில் இந்த அவல நிலை நேர்ந்ததோ அதே நிலையத்தில் அவனது வாழ்க்கைப் போக்கை மாற்றி அமைக்கும் நிகழ்ச்சியும் பின்னால் நிகழ்ந்தது.

தாமஸின் சோதனைச் சாலை மீண்டும் அவனது வீட்டுக்கே இடம் மாறியது. இவ்வளவு நடந்தபிறகும் தாமஸ் தனது பத்திரிகை யைத் தொடர்ந்து நடத்தினான். பத்திரிகைப் பதிவு அலுவலகத் தில் நேர்ந்த ஒரு குளறுபடியால் அவனது பத்திரிகையின் பெயரை

மாற்ற நேர்ந்தது, பால் ப்ரை (Pal Pry) என்பது அதன் புதுப்பெயர். பெயர் மாறியது மட்டுமின்றி பத்திரிகையின் போக்கும் மாறியது. அது கிசு கிசுப் பத்திரிகையாக மாறியது. அவன் வாழ்ந்த பகுதியில் இருந்த சில பெரிய மனிதர்களின் அந்தரங்க வாழ்க்கைகளை அம்பலப்படுத்தியது. பத்திரிகையின் விற்பனை அதிகரித்தது. ஒருசமயம் ஓர் உள்ளூர்ப் பிரமுகரைப் பற்றி மிகவும் பரபரப்பான செய்தியை வெளியிட்டதால் அவர் கோபம் கொண்டு எடிசனைத் தூக்கிக் கொண்டுபோய் அருகில் இருந்த செயிண்ட் க்ளேர் நதியில் எறிந்துவிட்டார். அதிலிருந்து அந்த மனிதரைப் பற்றிய செய்தியை தாமஸ் வெளியிடவில்லை. பல பெரிய மனிதர்களின் இடையூறுகள் காரணமாக அந்தப் பத்திரிகை நின்றுபோனது.

சோதனைமேல் சோதனை வந்தது. எனினும் தாமஸ் தானும் சோதனை மேல் சோதனையாகத் தமது பரிசோதனைச் சாலையில் செய்துகொண்டிருந்தான்.

வயதுக்கு மீறிய சிந்தனைகளும் செயல்பாடுகளும் கொண்டிருந் தாலும் சிறுசிறு குறும்புகளையும் தாமஸ் செய்ததுண்டு. அதைப் பற்றி பிற்காலத்தில் அவர் சொல்லியிருப்பதைப் பார்க்கலாம்.

''உள்நாட்டுச் சண்டை தொடங்கிய சமயம் கிரேஷியாட் கோட்டைக்குள் தன்னார்வப் போர்வீரர்கள் முகாமிட்டிருந்தனர். ஒவ்வொருநாள் இரவும் அவர்களுள் ஒருவன் ''கார்ப்பொரல் ஆஃப் தெ கார்ட் நம்பர் 1'' என்று குரல் கொடுப்பான். கோட்டையின் மதில் சுவர் எங்கள் வீட்டு எல்லையை ஒட்டி இருந்ததால் எங்களுக்கு அந்தக் குரல் தெளிவாகக் கேட்கும். இந்த ஒலி கேட்டதும் அங்கங்கே நிறுத்திவைக்கப்பட்டிருக்கும் படைவீரர்கள் ரிலே போல அதைத் திருப்பிச்சொல்லிக் கத்துவார்கள். கடைசியில் அது படைவீட்டில் கேட்கும். அதைக் கேட்டு கார்ப்பொரல் ஆஃப் தெ கார்ட் நம்பர் 1 வெளியே வந்து எல்லாவற்றையும் சுற்றிப்பார்ப்பார்.

இது தினமும் இரவு 9.30-க்கு நடக்கும் நிகழ்ச்சி. அப்பொழுது தான் நானும் என் நண்பனும் பத்திரிகை வியாபாரத்தை முடித்துக் கொண்டு திரும்ப வருவோம். எங்களுக்கும் ராணுவத்தில் சேரவேண்டும் என்ற ஆர்வம் இருந்தது. அது முடியாமல் போய் விட்டதால் குறைந்த பட்சம் அந்த ராணுவ வீரனைப் போலக் கத்தவேண்டும் என்ற ஆசை வந்தது. ஒருநாள் இரவு. நல்ல

இருட்டு. கோட்டைச் சுவருக்கு வெளியே நின்றுகொண்டு உரத்தகுரலில் ''கார்ப்பொரல் ஆஃப் தி கார்ட் நம்பர் 1'' என்று கத்தினேன். தொடர்ந்து ரிலே ஆனது. கார்ப்பொரல் வந்து பார்த்து ஏமாந்து போனார். எங்களுக்கு இது வேடிக்கையாக இருந்தது.

மூன்று நாள்கள் இப்படியே தொடர்ந்தோம். அவர்கள் உஷார் ஆகிவிட்டார்கள். நான்காவது நாள் எங்களை அவர்கள் பார்த்து விட்டுத் துரத்தினார்கள். நான் வேகமாக ஓடிவந்து எங்கள் வீட்டின் கீழ்த்தளத்துக்குப் போனேன். அங்கே உருளைக் கிழங்குகள் சேமித்துவைத்திருக்கும் மூன்று பெட்டிகள் இருந்தன. இரண்டு பெட்டிகளில் முக்காலுக்கு உருளைக் கிழங்குகள் இருந்தன. மூன்றாவது பெட்டியில் சிறிதே இருந்தது. அதை மற்ற இரண்டு பெட்டிகளில் கொட்டிவிட்டு முன்றாவது பெட்டியைக் கவிழ்த்து அதற்குள் புகுந்து கொண்டேன். கார்ப்பொரல் மைக்கேலைப் பிடித்துவிட்டார். என்னைத் தேடிக் கொண்டு வீட்டுக்குள் வந்தார். என் தந்தை வீட்டில் இருந்தார். என் தந்தையிடம் கேட்ட போது அவர் என்னைப் பார்க்கவில்லை என்று சொல்லிவிட்டார்.

கீழ்த்தளத்துக்கு அவன் போவதைப் பார்த்தேன் என ஒரு ராணுவ வீரன் சொல்ல டார்ச் எடுத்துக்கொண்டு கீழே வந்தனர். என்னைக் கண்டுபிடிக்க முடியவில்லை. அவர்கள் உள்ளே இருந்தபோது அழுகிய உருளைக்கிழங்கின் நெடியால் தும்மல் வந்தது. சிரமப்பட்டு அடக்கிக் கொண்டேன். ''உங்கள் பையனைக் கண்டித்து வையுங்கள்'' என்று சொல்லிவிட்டு அவர் சென்றுவிட்டார். சிறிது நேரத்தில் வெளியே வந்தேன். என் தந்தை என்னை அடி பின்னிவிட்டார். அந்த அளவுக்கு அவர் அதற்கு முன்னும் அடித்ததில்லை பின்னும் அடித்ததில்லை. மைக்கேலை இரண்டு நாள்கள் கழித்து எச்சரித்து விட்டு விட்டார்கள்.'

6

"எது சுருக்கு வழி என்று பார்த்தாயா?" என்று நண்பரிடம் கேட்டார் எடிசன்.

"நான் நேற்றே பார்த்துவைத்துவிட்டேன். கம்பி அவ்வளவு தூரத்துக்கு வருமா?" என்று கேட்டார் நண்பர்.

"கம்பி வரும். ஆனால் மரத்தில் கட்டும்போது இன்சுலேட்டருக்கு என்ன செய்வது?"

அதையும் நான் பார்த்துக்கொள்கிறேன். கண்ணாடிக் குடுவையில் பொத்தல் போட்டு வைத்திருக்கிறேன். அதைப் பயன்படுத்திக்கொள்ளலாம். கீயும் சௌண்டரும் நீ தயார் செய்து விட்டாயா" என்று கேட்டார் நண்பர்.

கீ என்பது தந்தியை அடித்து அனுப்பும் கருவி. சௌண்டர் என்பது தந்தியைப் பெற்றுக் 'கட்டுக்கட் கட்டுக்கட்' என்று ஒலிக்கும் கருவி.

"எல்லாம் இரண்டு செட் தயார். பேட்டரிகூட இரண்டு சம்பாதித்து வைத்திருக்கிறேன். நாளை கம்பியை ஓட்டி இணைப்பு கொடுத்துவிடலாம்" என்றார் எடிசன்.

அவர்கள் இரண்டு பேருடைய வீட்டுக்கும் இடையே தந்திக்கம்பி ஓட்டி இணைப்பு கொடுப்பதற்காகத்தான் இத்தனை ஏற்பாடுகளும். மறுநாள் இணைப்பு கொடுத்தார்கள். தந்தியை வேகமாக அடிக்கவும் பெறவும் திறமை பெறுவதற்கான பயிற்சியில் ஈடுபட்டனர். இரவு 9.30-க்கு வீடு திரும்பியபின் நள்ளிரவு 2.00 மணிவரை இந்தப் பயிற்சி தொடர்ந்தது.

எடிசன் தான் விற்றது போக மீதமிருந்த பத்திரிகைகளை வீட்டுக்குக் கொண்டுவந்து தந்தையிடம் கொடுப்பார். சாமுவேல் இரவு 11.30-க்கு பத்திரிகைளைப் படிப்பார். எடிசன் இரவு 2.00 மணிவரை தந்தியடிப்பதைப் பார்த்த சாமுவேல் எந்தக் காரணம் கொண்டும் 11.30 மணிக்குமேல் விழித்திருக்கக்கூடாது என்று தடைவிதித்தார்.

எடிசன் மறுநாள் விற்றது போக மீதமிருந்த பத்திரிகைகளை வீட்டுக்குக் கொண்டுவரவில்லை. தந்தையிடம் எல்லாப் பத்திரிகைகளும் விற்றுத் தீர்ந்துவிட்டதாகப் பொய் சொன்னார்.

செய்தி படிக்க முடியவில்லையே என்று தந்தை வருத்தப்பட்ட போது தந்தி அலுவலகத்திலிருந்து நண்பனைத் தந்திமூலம் தனக்கு அனுப்பச் சொல்வதாகவும் அதை அப்படியே எழுதி அவரிடம் கொடுப்பதாகவும் சொன்னார் எடிசன். தந்தை சம்மதித்ததன் பேரில் செய்தியை இரு நண்பர்களும் பரிமாறிக் கொண்டார்கள். அதன் மூலம் பயிற்சி பெற்றார்கள். சிறிது காலம் கழித்து அவரது தந்தைக்கு இந்தச் சூழ்ச்சி தெரியவந்தபோது அவர்களுடைய ஆர்வத்தைக் கண்டு தான் விதித்திருந்த தடையை விலக்கிக்கொண்டார். முறையாகக் கற்காமலேயே மார்ஸ் குறியீட்டைக் கையாள்வதில் எடிசன் நல்ல திறமை பெற்றார்.

1862-ம் வருடம் ஆகஸ்டு மாதத்தில் ஒருநாள். எடிசன் மவுண்ட் கிளமென்ஸ் ஸ்டேஷனில் நடைபாதையில் நின்றுகொண்டி ருந்தார். அது ஒரு சந்திப்பு நிலையம். வெவ்வேறு இடங் களுக்குப் போகும் ரயில்கள் அங்கிருந்து மாற்றிவிடப்படும். அப்படி ஒரு சரக்குப் பெட்டியை மாற்றிவிடும் பொழுது ஏதோ ஒரு கோளாறினால் ஆளின்றியே தண்டவாளத்தில் ஓடிக் கொண்டிருந்தது. அதுவரும் பாதையில் ஒரு சிறுபையன் அங்கு கொட்டி வைக்கப்பட்டிருந்த கருங்கல் ஜல்லியில் விளையாடிக் கொண்டிருந்தான். ரயில் பெட்டி வருவதை அந்தச் சிறுவன் கவனிக்கவில்லை. எடிசன் கண்ணில் இந்தக் காட்சி பட்டது. உடனே தாவி ஓடி, தனது உயிரையும் திரணமாக மதித்து அந்தப் பையனைத் தூக்கிக்கொண்டு வெளியே தாவினார். இரண்டு பேரும் கீழே விழுந்தார்கள்.

கொஞ்சம் தாமதித்திருந்தாலும் அந்தச் சிறுவனின் மேல் ரயில் பெட்டி ஏறி இருக்கும். எடிசனின் குதிகாலில் ரயில் பெட்டியின் ஒரு கம்பி பட்டுக் காயம் ஏற்பட்டது. பையனுக்குச் சிறு

சிராய்ப்புகள். அந்தக் குழந்தை அந்த நிலையப் பொறுப்பாளர் J.U. மெக்கின்சியின் மகன். தனது மகனை எடிசன் காப்பாற்றி யதைக் கண்டு அவர் அவனுக்கு நன்றி சொன்னார். அவனுக்கு ரயில்வே தந்தி முறையைக் கற்றுத் தருவதாகவும் வாக்களித்தார்.

தினமும் காலையில் எடிசன் பயிற்சியில் ஈடுபடவேண்டி யிருந்தது. எனவே தனது வியாபாரத்தைக் கவனித்துக் கொள்ள வேறொரு பையனை நியமித்தார் எடிசன். படிப்படியாகக் கற்று ரயில்வே தந்தி முறையில் மிக வேகமாக முன்னேறினார். நல்ல திறமை பெற்றார். ரயில்வே தந்தி முறையில் சில தனிப்பட்ட சங்கேதங்கள் உண்டு. இப்பொழுதுள்ள வாழ்த்துத் தந்தியைப் போன்றது அது. இப்பொழுது '8' என்று வாழ்த்துத் தந்தி அனுப்பினால் அது திருமண வாழ்த்துத் தந்தி என்று அறிவோம். அதைப்போல ரயில்வே சங்கேதத்தில் '73' என்றால் 'நல் வாழ்த்துகள்', '23' என்றால் மரணச் செய்தி அல்லது விபத்து. இவற்றையெல்லாம் கற்று எடிசன் தேர்ச்சி பெற்றார்.

தனக்குத் தெரிந்தவர் ஒருவருடைய உதவியால் எடிசன் போர்ட் ஹூரானில் இருந்த தந்தி நிலையத்தில் வேலைக்குச் சேர்ந்தார். அதன் உரிமையாளர் வாக்கருக்கு எடிசனால் நல்ல லாபம். நேரம் கருதாது பணிபுரிய எடிசனைப்போல் யாரே கிடைப்பார்! அந்த இடத்திலேயே பத்திரிகை அலுவலகம் ஒன்றும் இருந்தது. அந்த அலுவலகத்துக்கு இரவு 3.00 மணிக்குச் செய்திகள் வரும். அவற்றைப் பெற்று, படியெடுத்து அனுப்பவேண்டும். எவ்வளவு உழைத்தும் மாதத்துக்கு $20 ஊதியம்தான் கொடுக்க முடியும் என்று வாக்கர் கூறிவிட்டார். இதற்கு எடிசனின் பெற்றோர் ஒப்புக்கொள்ளவில்லை.

எனவே எடிசன் அந்த வேலையை விட்டுவிட்டு ரயில்வே அதிகாரி மெக்கின்சியின் உதவியால் போர்ட் ஹூரானுக்கு அருகில், ஆனால் கனடாவில் உள்ள ஸ்ட்ராட்ஃபோர்ட் ரயில்வே நிலையத்தில் தந்தி அலுவலராகச் சேர்ந்தார். எடிசனுடைய தந்தை அமெரிக்காவுக்கு வருமுன் வாழ்ந்த பேஃபீல்ட் என்ற இடத்துக்கு அருகில் அது இருந்ததாலும், அவருடைய உறவினர் களும் நண்பர்களும் அங்கு இருந்ததாலும், எடிசனின் பெற்றோர் எடிசன் அந்த வேலையில் சேர்வதற்குச் சம்மதித்தனர். மாதம் $25 சம்பளம். தந்தி அடிப்பது எப்படி என்று தெரிந்தாலும் தந்தி எப்படி அடுத்த இடத்துக்குச் சென்று சேர்கிறது என்ற பொறியியல் நுட்பம் எடிசனுக்குத் தெரியாது. எனவே

எத்தனையோ பேரிடம் கேட்டுப்பார்த்தார். ஒரு ரயில்வே ஊழியர் சொன்னார்:

''எடிசன், அது ஒன்றும் அவ்வளவு பெரிய விஷயமில்லை. எடின்பரோவிலிருந்து லண்டன் வரை நீளமுள்ள ஒரு டாஷண்ட் (Daschund) நாய் உன்னிடம் இருக்கிறது என்று கற்பனை செய்துகொள். அதன் வாலை எடின்பரோவில் முறுக்கினால் அது லண்டனில் குரைக்குமல்லவா? அதைப்போல்தான் இதுவும்.''

''அதுசரி, எனக்குப் புரிகிறது. ஆனால் நாயின் உடம்புக்குள் அல்லது தந்திக்கம்பிக்குள் என்ன நிகழ்கிறது என்பதுதான் எனக்குத் தெரியவில்லை'' என்றார் எடிசன்.

பின்னாளில் மின்விளக்கைக் கண்டுபிடித்த எடிசன் மின் சாரத்தைப் பற்றித் தெரிந்துகொள்ள வெகுநாள்கள் ஆயின.

சீப்பைத் தலையில் இழுத்து வாரினால் நிலை மின்சாரம் பெறலாம் என்றும் பட்டுத்துணியை ஒன்றோடொன்று உரசினாலும் நிலை மின்சாரம் கிடைக்கும் என்றும் படித்திருந்த எடிசனிடம் யாரோ ஒரு பூனையை இன்னொரு பூனையுடன் உரசினால் மின்சாரம் கிடைக்கும் என்று சொன்னார். அதன் விளைவு பல பூனைகள் சித்ரவதைக்கு உள்ளாயின.

1863-ம் ஆண்டு ஸ்ட்ராட்ஃபோர்டில் எடிசனைச் சென்று பார்த்த வாக்கர் அங்கு அவர் எப்படிப் பணியாற்றினார் என்பதைப் பற்றி எழுதியிருக்கிறார்:

'அங்கே மிகச் சுலபமான வேலை. ஒருநாளைக்கு நாலைந்து தந்திகள் வந்தால் அதிகம். அப்படியிருந்தும் எடிசன் அவற்றை ஒழுங்காக அனுப்புவதில்லை. வேலை நேரத்தில்கூட ஏதாவது புத்தகத்தைப் படித்துக்கொண்டிருப்பான். அல்லது தனது சோதனைக்கு வேண்டிய சாமான்களை வாங்க வெளியே போய் விடுவான். அவனது உயர் அதிகாரி வந்து நிற்பதுகூடத் தெரியாமல் சிந்தனையில் ஆழ்ந்திருப்பதும் உண்டு. அது மட்டுமல்ல, பரிசோதனைகளைச் செய்து முடித்துவிட்டு முடிவு திருப்திகரமாக அமைந்தவுடன் அவற்றைச் சுத்தம் செய்ய மாட்டான். போட்டது போட்டபடியே கிடக்கும்.'

ரயில்வே சரக்குக் கிடங்கில் பல மின்கலங்கள் பயனின்றி குவித்து வைக்கப்பட்டிருப்பதாக எடிசனுக்குச் செய்தி வந்தது. எடிசன்

அந்த சரக்குக் கிடங்குக்குப் போனபோது 80 மின்கலங்களுக்கு மேல் கேட்பாரற்றுக் கிடந்தன. அந்தக் காலத்தில் மிகவும் பிரபலமாயிருந்த குரோவ் நைட்ரிக் அமில பாட்டரிகள் அவை. அந்தக் கிடங்குப் பொறுப்பாளரும் தந்தி அலுவலர்தான். அவரிடம் பழுதடைந்த மின்கலங்களிலிருந்து மின்தகடுகளை எடுத்துக்கொள்ளலாமா என்று கேட்டார் எடிசன். இடம் காலியானால் சரி என்று எண்ணியும் வெறும் தகரத்தைத் தானே எடுத்துப்போகப் போகிறான் என்று கருதியும், அந்த அதிகாரி எடிசனுக்கு அனுமதி அளித்தார். ஆனால் அவை எவ்வளவு மதிப்பு வாய்ந்தவை என்பது எடிசனுக்குத்தான் தெரியும்.

அவை பிளாட்டினம் தகடுகள். அந்தக் காலத்திலேயே ஓர் அவுன்ஸின் விலை 8 டாலர். அங்குப் போகுமுன் எடிசன் தன் சொத்தாக மூன்று தகடுகளை வைத்திருந்தார். அத்தகடுகளோடு அன்று கிடைத்த தகடுகளையும் பயன்படுத்தி மின்கலங்களை உருவாக்கினார். நாற்பது ஆண்டுகளுக்குப் பிறகும் அவை அவரது சோதனைச் சாலையில் நன்கு இயங்கிக் கொண்டிருந்தன.

அவரது முதல் கண்டுபிடிப்புக்கு வாய்ப்பு தந்த இடம் ஸ்ட்ராட்ஃபோர்ட் ரயில் நிலையம். அங்கே அவருக்கு இரவுப்பணி. இரவு 7.00 மணி முதல் காலை 7.00 மணி வரை பணி. இரவுப் பணி செய்பவர் தூங்கிவிடக் கூடாது என்பதற்காக இரவு ஒன்பது மணியிலிருந்து மறுநாள் காலை வேறொருவர் வந்து பணியிலிருந்து விடுவிக்கும் வரை ஒரு மணி நேரத்துக்கு ஒருதடவை '6' என்ற எண்ணுக்குரிய மார்ஸ் குறியீட்டை ரயில் போக்குவரத்தைக் கவனிக்கும் நிலையத்துக்கு அனுப்ப வேண்டும். பகல் முழுவதும் சோதனைகளைச் செய்து களைத்துப்போயிருக்கும் எடிசனுக்கு இரவில் சிறிது ஓய்வு தேவைப்பட்டது.

எனவே ஒருமணிக்கு ஒருதடவை தானாகவே '6' என்னும் குறியீட்டை அனுப்பும் இயந்திரம் ஒன்றை உருவாக்கினார். அதைக் கடிகாரத்துடன் இணைத்தார். ஒருமணிக்கு ஒருமுறை அது தானாகவே '6'ஐ அனுப்பிவிடும். பலநாள்கள் மிகத் திறமையாகச் செயற்பட்டாலும் ஒருநாள் அது சரியாக வேலை செய்யாமல் அவரைக் காட்டிக்கொடுத்துவிட்டது. நல்ல வேளையாக மேலதிகாரி அதை அவ்வளவாகக் கண்டுகொள்ளவில்லை. ''இனிக் கவனமாக இருக்க வேண்டும்'' என்று எச்சரித்து விட்டுவிட்டார்.

ஆனால் அந்த வேலையில் எடிசனால் நீண்டநாள்கள் நிலைத்திருக்க முடியவில்லை. ஏன்? எடிசனே சொல்கிறார்:

"இரவு வேலை எனக்குத் தோதாக இருந்தது. இடையிடையே நான் அரைமணி நேரம் ஓய்வெடுத்துக் கொள்வேன். ஒரு நாற்காலியில் அமர்ந்துகொண்டு அப்படியே தூங்கிவிடுவேன். வேறு ரயில் நிலையத்திலிருந்து தந்திவந்தால் உடனே என்னை எழுப்பிவிடும்படி நிலையக் காவலரைப் பழக்கி வைத்திருந்தேன். ஒருநாள் ஓர் அவசரச் செய்தி வந்தது. நிலையக் காவலர் என்னை எழுப்பினார். 'வருகிற சரக்கு ரயிலை நிறுத்துக. மேலே செல்ல அனுமதிக்க வேண்டாம்' என்று தந்தி வந்தது. 'சரி நிறுத்திவிடுகிறேன்' என்று பதில் தந்தி கொடுத்தேன்.

"சிக்னலை மாற்றும் ஊழியரைத் தேடினேன். காணவில்லை. சிக்னலைச் சரி செய்வதற்குள் சரக்கு ரயில் எங்களைக் கடந்து சென்றுவிட்டது. பதறியடித்து ரயிலை ஒழுங்குபடுத்துபவருக்குச் செய்தியைத் தந்தி மூலம் தெரிவித்தேன். 'அடப்பாவி, நாசமாய்ப் போக!' என்று பதில் தந்திகொடுத்தார். எனது முதல் தந்தியைப் பார்த்ததும் நான் வண்டியை நிறுத்தியிருப்பேன் என்று எண்ணி அதே தண்டவாளத்தில் வேறொரு ரயில் வர அனுமதி கொடுத்து விட்டார். எப்படியாவது விபத்தைத் தடுத்தாக வேண்டும். அந்தத் தந்தி நிலையப் பகல் நேர ஊழியர் பக்கத்தில் இருந்த கட்டடத்தில்தான் உறங்குவார். அவரை எழுப்பி என்ன செய்ய லாம் என்று கேட்பதற்காகத் தண்டவாளத்தின் வழியே நடந்து போனேன். இருட்டில் ஒன்றும் தெரியவில்லை. காலிலே ஒரு பெரிய கல் தடுக்கியதால் அங்கேயே மயங்கி விழுந்துவிட்டேன். நல்ல வேளையாக அந்த இரண்டு ரயில்களில் ஒரு ரயிலின் பொறியாளர் அதே தண்டவாளத்தில் மற்றொரு ரயில் வருவதைக் கவனித்துவிட்டார். எப்படியோ முயற்சி செய்து அடுத்த ரயிலின் ஓட்டுனரின் கவனத்தை ஈர்த்து வண்டியை நிறுத்தினார். பெரிய விபத்து நிகழாமல் காப்பற்றப்பட்டது."

ஆனால் மூன்றாவது நாள் எடிசனுக்குச் சம்மன்ஸ் வந்தது. டொராண்டோவில் உள்ள ரயில்வே பொது மேலாளர் அலுவலகத்துக்கு விசாரணைக்கு வரச்சொல்லியிருந்தார்கள்.

எடிசன் போனார். பொதுமேலாளர் அறைக்குள் நுழைந்தார். பொதுமேலாளர் ஏதோ கேள்வி கேட்கத் தொடங்கியதும் இரண்டு ஆங்கிலேயர்கள் உள்ளே நுழைந்தனர். பொதுமேலாளர்

எடிசன்: கண்டுபிடிப்புகளின் கதாநாயகன் ● 39

அவர்களை வரவேற்று அவர்களுடன் பேசத்தொடங்கினார். இதுதான் சமயம் என்று எடிசன் யாருக்கும் தெரியாமல் அந்த அறையிலிருந்து நழுவி வெளியே வந்து ரயில்வே நிலையத்தை நோக்கி ஓடினார். செரினா என்ற இடத்துக்குச் செல்லும் சரக்கு ரயில் புறப்படத் தயாராக இருந்தது. அதில் ஏறி செரினா சென்றார். எங்கே தம்மைத் தேடிக்கொண்டு வந்துவிடுவார்களோ என்று பயந்து அங்கிருந்து படகுத்துறைக்கு ஓடி, படகில் ஏறி, 'தப்பித் தோம் பிழைத்தோம்' என்று மிஷிகனுக்கு வந்து சேர்ந்தார்.

ரயில்வேயிலிருந்து அவரைத் தேடி யாரும் வரவில்லை.

7

''என்ன செய்வதென்று தெரியவில்லை. அவசரச் செய்தியா யிற்றே!?'' என்று பதைபதைத்தார் போர்ட் ஹூரான் நிலைய அதிகாரி.

''மெகாஃபோனெடுத்துக் கத்திப்பார்க்கலாமே'' என்றார் ஒருவர்.

''ஆற்றின் அகலம் முக்கால் மைல். அவ்வளவு துரம் எப்படிக் கேட்கும்'' என வினவினார் இன்னொருவர்.

அந்தநேரம் பார்த்து அங்கே வந்து சேர்ந்தார் எடிசன். எடிசனுடைய அறிவு நுட்பத்தை அறிந்திருந்த அந்த நிலைய அதிகாரி எடிசன் கையைப் பிடித்துக்கொண்டு ''அல், நீதான் எங்களுக்கு உதவமுடியும். நதியின் வழியாகச் செல்லும் தந்திக் கம்பி அறுந்துவிட்டது. அடுத்த கரைக்கு அவசரச் செய்தி சொல்லியாகவேண்டும். நதியிலே பனி மூடிக்கிடக்கிறது. யாரும் அந்தப்பக்கம் போக முடியாது. படகும் போகாது. ஏதாவது வழிசொல்லேன்'' என்று கெஞ்சினார்.

பக்கத்தில் ஒரு நீராவி என்ஜின் நின்றுகொண்டிருந்தது. அதன் ஒலி எழுப்பும் கயிற்றை இழுத்துப்பார்த்தார் எடிசன். பெரிதாக ஒலி எழுப்பியது. அதைக்கேட்டு அடுத்த கரையில் இருந்த நீராவி என்ஜினிலிருந்து பதில் ஒலி வந்தது. உடனே எடிசன் அந்த என்ஜின் அறைக்குள் ஏறி அந்த ஒலிப்பானில் ஏதோ மாற்றங் களைச் செய்தார். விட்டு விட்டு இயக்குவதற்கு ஏற்றதாக அமைத்தார். இழுகயிற்றை இழுத்தும் நிறுத்தியும் மார்ஸ் குறியீட்டின் அடிப்படையில் ஒலி எழும்புமாறு செய்தார். அடுத்த கரையில் இருக்கும் என்ஜின் பொறியாளர் அங்கே என்ன செய்ய வேண்டும் என்பதைச் சங்கேத ஒலியில் அனுப்பினர். அவர்

அதைக்கேட்டுப் பதில் ஒலி அனுப்பியதும் நிலைய அதிகாரியிடம் என்ன செய்தி அனுப்ப வேண்டுமோ அதை வாங்கி அதைத் தந்தி முறையில் ஒலிவடிவில் அனுப்பினார்.

'கட்டுக்கட்' ஒலி 'பூம் பூம்' என்பது போல ஒலித்தது. அடுத்த கரைக்குச் செய்தி போய்ச் சேர்ந்தது. இந்த வகையில் அடுத்த ஒருவாரம் செய்திப் பரிமாற்றம் நிகழ்ந்தது. பனி அதற்குள் கரைந்துவிட்டதால் தந்திக்கம்பி சீர் செய்யப்பட்டு முறையாகச் செய்தி அனுப்புவது தொடர்ந்தது. இந்தச் செய்தி பத்திரிகை மூலம் பரவியது. வேறு இடங்களில் இத்தகு சிக்கல் நேர்ந்த பொழுது எடிசனின் வழியைக் கையாண்டனர்.

அந்தக் காலத்தில் தந்தி அலுவலர்களுக்கு ஏகப்பட்ட கிராக்கி. உள்நாட்டுப் போர் நடைபெற்றுக் கொண்டிருந்ததால் இரண்டு பக்க ராணுவமும் செய்தி அனுப்புவதற்கும் பெறுவதற்கும் பல தந்தி அலுவலர்களைப் பணிக்கு அமர்த்தியிருந்தன. 1876-ம் ஆண்டு தொலைபேசி கண்டுபிடிக்கப்பட்டு அது புழக்கத்துக்கு வரும்வரை தந்திதான் மிக முக்கிய சாதனம். எனவே ரயிலில் செல்லுவதற்குத் தந்தி அலுவலர்களுக்குச் சிறப்புச் சலுகைகள் கொடுக்கப்பட்டன. எந்த ஊருக்குப் போனாலும் உடனே வேலை கிடைப்பது எளிது.

எடிசனோடு தந்தி அலுவலர்களாகப் பணிபுரிந்த பலர் பின்னாளில் பெரிய விஞ்ஞானிகளாகவும் அரசு அமைச்சர்களாகவும் பெரிய நிறுவனத் தலைவர்களாகவும் அரசுத்துறைத் தலைவர்களாவும் ஆனார்கள். எடிசனும் விஞ்ஞானி ஆனதோடு பெரிய தொழிலதிபராகவும் ஆனார். ஜெனரல் எலெக்ட்ரிக் கம்பெனி என்று இன்று புகழ் பெற்றிருக்கும் நிறுவனம் அவர் தொடங்கியதுதான்.

அமெரிக்காவின் மத்திய மாகாணங்களின் பல பாகங்களிலும் தான் பணிபுரிந்த அந்தக் காலகட்டத்தைத்தான் தன் வாழ்நாளிலேயே மிகச் சிக்கல்கள் நிறைந்த ஒன்றாக எடிசன் குறிப்பிடுகிறார். ஆனால் அங்கே அவர் பெற்ற அனுபவம் அவருக்குப் பெரிதும் உதவியது.

கனடாவிலிருந்து வந்த பிறகு மிஷிகனில் உள்ள அட்ரியன் என்ற இடத்தில் தந்திக்கோட்டக் கண்காணிப்பாளர் அலுவலகத்தில் தந்தி அலுவலராகச் சேர்ந்தார். அங்கும் இரவுப் பணிதான்.

அங்கே ஒரு சிறிய அறை அவருக்காக ஒதுக்கப்பட்டது. பகலில் பணிபுரிந்த அலுவலர் ஒருவருக்கு விடுப்பு கொடுக்கப்பட்டதால் அன்று எடிசன் பகல் பணி புரிந்தார். கோட்டப் பொறுப்பதிகாரி ஒரு தந்திச் செய்தியை எடிசனிடம் கொடுத்து அதை உடனே அனுப்பச் சொன்னார். அந்த இணைப்பில் வேறொரு நிலையத்தி லிருந்து தந்திச் செய்தி சென்றுகொண்டிருந்ததால் அதை அனுப்ப இயலாது என்று எடிசன் சொன்னார். அந்த இணைப்பில் செல்லும் செய்தியைத் தடை செய்துவிட்டுத் தன் செய்தியை அனுப்பும்படி அந்த அதிகாரி வற்புறுத்தினார். மிக மிக அவசியமும் அவசரமும் ஆனாலன்றி அப்படிச் செய்வது கூடாது.

ஆனால் மேலதிகாரி வற்புறுத்தும்போது என்ன செய்வது? எடிசன் 'பிரேக்' செய்து அந்தத் தந்தியை அனுப்பினார். எடிசனின் போதாத காலம், தலைமைக் கண்காணிப்பளர் அன்று பக்கத்து நிலையத்துக்கு வந்திருந்ததால் இந்தச் செய்தி அவருக்கு எட்டியது. சிறிது நேரத்தில் மிகக் கோபமாக எடிசன் இருந்த அலுவலகத்துக்கு வந்தார். எடிசனைத் திட்டினார். எடிசன் எங்கே தன்னை காட்டிக் கொடுத்துவிடுவாரோ என்ற பயத்தி னாலும் தலைமைக் கண்காணிப்பாளர் தனது உறவினர் என்ற காரணத்தினாலும், எடிசனின் மேலதிகாரி தான் எடிசனிடம் செய்தியை பிரேக் செய்து அனுப்பச் சொன்னதைக் கூறாமல் எடிசனே அப்படிச் செய்ததாகச் சொன்னார். எடிசன் வேலையி லிருந்து நீக்கப்பட்டார்.

''இந்த நிகழ்ச்சி என்னை வெகுவாகப் பாதித்தது. மனிதப் பண்பின்மேல் வைத்திருந்த நம்பிக்கை சிறிது ஆட்டம் கண்டது'' என்றார் எடிசன்.

எடிசன் இரண்டு மாதங்கள் கழித்து இண்டியானாபொலிஸில் இருந்த வெஸ்டர்ன் யூனியன் டெலிகிராஃப் அலுவலகத்தில் சேர்ந்தார். பிற்காலத்தில் இந்த நிறுவனத்தோடு நீண்டநாள் தொடர்பு எற்பட்டது. அந்த நிறுவனத்தில் அதிகாரியாக இருந்த வால்லிக் என்பவர் எடிசன்பால் அன்பு கொண்டவர். சில உபகரணங்களை அவருக்கு இரவல் கொடுத்தார் வால்லிக். அவற்றை அங்கிருந்த ஒரு தனி அறையில் நிறுவித் தன் ஆய்வைத் தொடர்ந்தார் எடிசன்.

இருபது ஆண்டுகளுக்குப் பிறகு அந்த உதவியை நினைவுகூர்ந்து வால்லிக் எங்கே இருக்கிறார் என்று தேடிப்பிடித்து அவரையும்

அந்த இடத்துக்கு அழைத்துவந்து எடிசன் தனது பழைய நினைவுகளைப் புதுப்பித்துக்கொண்டாராம்.

அன்பான அதிகாரி அமைந்தாலும் அந்த இடத்திலும் எடிசனால் நீடித்து இருக்க முடியவில்லை. அவர் மாற்றியமைத்த ஒரு கருவியே அதற்குக் காரணமாக அமைந்தது.

தந்திச் செய்திகளை அனுப்பும்போது பொதுவாக நிமிடத்துக்கு நாற்பது வார்த்தைகளை அனுப்புவது வழக்கம். அதைக் கேட்டு எழுதும் தந்தி அலுவலர்கள் அந்த வேகத்துக்கு ஈடுகொடுக்க முடியாமல் செய்தியைச் சுருக்கி எழுதிப் பிறகு விரித்து எழுதிக் கொள்வார்கள். அதில் பிழைகள் மலிந்திருக்கும். பத்திரிகை அலுவலகத்தில் அதை அச்சுக்கோக்கத் திணறுவார்கள். பல சமயங்களில் பிழையான செய்திகள் வெளியாகிவிடுவதும் உண்டு. இதைத் தவிர்ப்பதற்காக எடிசன் நாற்பது வார்த்தைகளை ஒருவகையான தாளில் துளையிட்டுக் கொடுக்கும் வண்ணம் (perforations) ஒரு கருவியை வடிவமைத்தார். அந்தக் கருவி நிமிடத்துக்கு 25 வார்த்தைகளாக அதை மாற்றிக் கொடுக்கும். அதை எந்தப் பிழையுமின்றி எழுதி நேராகப் பத்திரிகை அலுவலகத்துக்குக் கொடுத்துவிடுவார். பத்திரிகை அலுவலகத்தினருக்கு இது வசதியாக இருந்தது.

இரவு 1.00 மணி வரைதான் எடிசனுக்குப் பணி. இரவு 1.00 மணி முதல் 3.00 மணி வரை பணிபுரிந்த மற்ற அலுவலர்கள் அனுப்பிய செய்திகளில் பிழைகள் அதிகமிருந்தன. எனவே பத்திரிகைகள் 1.00 மணிக்குப் பணிபுரியும் அலுவலரையே தொடர்ந்து 3.00 மணிவரை பணி செய்யச் சொல்லும்படி வேண்டினர். இதனால் எடிசனின் வேலைப்பளு அதிகமானது. சில சமயங்களில் செய்திகள் மிக அதிகமாக வந்துவிடுவதுண்டு. அச்சமயங்களில் 40 வார்த்தைகளைப் பெற்று அதை 25 வார்த்தைகள் பெறும் வேகத்தில் எழுதுவதால் பல செய்திகளைத் தாமதமாக அனுப்ப நேர்ந்தது. அதுவரை எடிசனைப் போற்றிப் புகழ்ந்துகொண்டிருந்த பத்திரிகைகள் ''எங்களுக்குச் செய்திகள் பிழையின்றி வருவதைவிட எல்லாச்செய்திகளும் குறிப்பிட்ட காலத்தில் கிடைப்பதுதான் முக்கியம்'' என்றனர். இதை ஆராய்ந்த அதிகாரிகள் எடிசன் கண்டுபிடித்த கருவிதான் கால தாமதத்துக்குக் காரணம் என அறிந்து அந்தக் கருவியைப் பயன்படுத்துவதற்குத் தடைவிதித்தனர்.

இத்தகைய நிகழ்ச்சிகள் எடிசனைக் கொஞ்சம் கொஞ்சமாகப் பக்குவப்படுத்தின. போற்றுபவர் தூற்றுவதும் தூற்றுபவர் போற்றுவதும் அவரைப் பாதிக்காத அளவுக்கு அவர் மனம் பக்குவப்பட்டுக்கொண்டே வந்தது. பின்னாளில் பெரிய செயல்களைச் செய்வதற்கு ஏதுவாக இத்தகைய நிகழ்ச்சிகள் இயற்கையின் கொடையாக அமைந்தன என்று எடிசன் கருதினார். அவர் கண்டுபிடித்த அந்தக் கருவி பிற்காலத்தில் அவருக்கு வேறுவகையில் பயன்பட்டது. ஒரு கம்பியில் செய்தியை வாங்கி இன்னொரு கம்பியில் அனுப்புவதற்கும், அதிகமாகச் செய்திகள் வரும்போது பெற்று வேலைப்பளு இல்லாதபோது நிதானமாக அனுப்புவதற்கும் பயன்படும் கருவிகளை உருவாக்க உதவியது.

1865-ம் ஆண்டு பிப்ரவரி மாதம் இண்டியானாபொலிஸ் வேலையை விட்டுவிட்டு சின்சினாட்டி நகருக்குச் சென்றார்.

எடிசன் சின்சினாட்டியில் வெஸ்டெர்ன் யூனியன் வணிகப் பிரிவு அலுவலகத்தில் சேர்ந்தார். அங்கே அவருக்கு மாதம் $60 சம்பளம். அங்கேதான் அவரது நெடுநாளைய நண்பரும் வழி காட்டியுமான ஆடம்ஸைச் சந்தித்தார். எடிசனுடைய கசங்கிய உடையும் கலைந்த முடியும் பெருத்த தலையும் பருத்த மூக்கும் அவரைத் தனிமைப்படுத்தின. அவருடைய திறமையை அறிந்த வர்கள் மட்டுமே அவருடன் நெருங்கிப் பழகினர். அப்படிப் பழகியவர்களுள் ஒருவர்தான் ஆடம்ஸ்.

ஆடம்ஸ் ஒரு விசித்திரமான மனிதர். எந்த நேரத்தில் எந்த வேலையில் இருப்பார் என்று சொல்ல முடியாது. திடீரென்று காணாமல் போய்விடுவார். பிறகு எங்கிருந்தோ வந்து தோன்று வார். ஒரே ஒரு டாலரை மட்டும் கையில் வைத்துக்கொண்டு நான் சான் பிரான்ஸிஸ்கோ போகிறேன் என்பார். அந்தப் பணத்தில் அவ்வளவு தூரம் எப்படிப் போகக்கூடும் என்பது அவருக்கே வெளிச்சம். சொன்னபடியே சான் பிரான்ஸிஸ்கோ போய்விடுவார்.

அந்த அலுவலகத்தில் எலித்தொல்லை அதிகம் இருந்தது. எடிசன் ஓர் எலிப்பொறியைக் கண்டுபிடித்தார். மின்னூட்டப் பட்ட அந்தப்பொறியின் ஒரு தகட்டின் மீது காலைவைத்து இன்னொரு தகட்டுக்கு எலி செல்லும் போது மின்சாரம் தாக்கி எலி செத்துவிடும். அதேபோல கரப்பான் பூச்சியைச் சாகடிக்க வும் ஒரு கருவியை உருவாக்கினார்.

எடிசன் அங்கிருந்தபோது உள்நாட்டுக் கலவரம் முடிவுக்கு வந்தது. எடிசன், ஆபிரகாம் லிங்கனின் தீவிர ஆதரவாளர். அவருக்காக ஜனாதிபதி தேர்தலின்போது பாடுபட்டிருக்கிறார்.

1865-ம் ஆண்டு ஏப்ரல் மாதம் 14-ம் நாள். எடிசன் பணி புரிந்த அலுவலகத்துக்குச் சற்றுத் தொலைவில் திடீரெனப் பெருங் கூட்டம். மக்கள் அங்கும் இங்கும் ஓடினர். ஒரே பரபரப்பு.

முக்கியமான ஏதாவது செய்தியென்றால் தந்தி அலுவலகத் துக்குத் தெரியாமல் இருக்க வாய்ப்பில்லை. அவர்களுக்குத்தான் முதலில் செய்தி வரும். அப்படி எந்தச் செய்தியும் வந்ததாகத் தெரியவில்லை. எனவே என்ன என்று பார்த்துவர ஒரு பையனை எடிசன் அனுப்பினார்.

'லிங்கன் சுடப்பட்டார்' என்ற செய்தியை கொணர்ந்தான் அந்தப் பையன். அந்தச் செய்தி எடிசனை இடிபோல் தாக்கியது. அவரால் அந்தச் செய்தியை நம்ப முடியவில்லை. தந்தி அலுவல கத்துக்கு அந்தச் செய்தி வராமல்போக வாய்ப்பில்லையே! எனவே பெறப்பட்ட பதிவுகளை அனுப்புவதற்காகத் தொகுத்து வைத்திருக்கும் கோப்பை எடுத்துப்பார்த்தார். அந்தச் செய்தி அதில் இருந்தது. அந்த அலுவலகத்தைச் சேர்ந்த இன்னொரு அலுவலர் அந்தச் செய்தியைப் பெற்றிருக்கிறார். ஆனால் இயந்திர கதியில் அது என்ன செய்தி என்றுகூடத் தெரிந்து கொள்ளாமல் பதிவு செய்து வைத்திருந்தார்!

அந்த அலுவலகத்தில் பணிபுரிந்தபொழுது தந்தி அனுப்பிப் பெறுவதில் வேகம் பெறுவதற்காக மற்றவர்களின் பணியையும் தானே ஏற்றுச் செய்தார் எடிசன். பணிக்குச் சேர்ந்தபோது சாதாரண அலுவலராகக் கருதப்பட்ட எடிசன் ஒரு சில மாதங்களுக்குள் முதல் தர அலுவலர் என்ற தகுதியைப் பெற்றார். சம்பளம் $125 ஆக உயர்த்தப்பட்டது.

அங்கிருந்து பல இடங்களுக்கு மாறி மெம்பிஸ் நகரத்துக்கு வந்தார். அங்கே ஒரு மேலதிகாரியின் உத்தரவால் உள்நாட்டுப் போரில் எதிரணிகளில் இருந்த இரு பெரு நகரங்களுக்கிடையே மிகவும் முயற்சி செய்து இணைப்பை ஏற்படுத்தினார். அதே கட்டடத்தில் ஒரு பத்திரிகை அலுவலகமும் இருந்ததால் மறுநாள் பத்திரிகையில் எடிசன் எதிரி நகரங்களை இணைத்த செய்தி வெளியாயிற்று. அவ்வளவுதான். மற்ற அதிகாரிகள் எடிசன்

மேல் பாய்ந்தனர். பெரிய அரசியல்வாதிகளே செய்யத் தயங்குகிற செயலை அவர் எப்படிச் செய்யலாம் என்று சொல்லி அவரை உடனே பணிநீக்கம் செய்தனர். அதுவரை செய்த பணிக்கான சம்பளமும் கொடுக்கவில்லை. ஓர் ஊழியரைப் பணி நீக்கம் செய்யும்பொழுது அவர் எந்த இடத்துக்குப் போக விரும்புகிறாரோ அந்த இடத்துக்கு ரயிலில் செல்ல அனுமதிச் சீட்டுக் கொடுப்பார்கள். ஆனரல் எடிசனுக்கு அதுவும் மறுக்கப்பட்டுவிட்டது.

கையிலிருந்த காசுக்கு நாஷ்வில் நகரம் வரைதான் அனுமதிச்சீட்டு கிடைக்கும். எனவே அதை வாங்கி, சாப்பாட்டுக்கு வழியின்றி, எடிசன் நாஷ்வில் வந்து சேர்ந்தார். அங்கிருந்த தந்தி அலுவலகத்துக்குச் சென்றார். அவர்கள் லூயிவில்லில் அவசரமாக ஆள் தேவைப்படுவதாகவும் அங்குச் செல்லும்படியும் சொல்லி ரயில் அனுமதிச் சீட்டும் சாப்பாட்டுக்குப் பணமும் கொடுத்து அனுப்பினர்.

லூயிவில் வந்து அங்குப் பணியில் சேர்ந்தார். அங்கே பல சுவையான நிகழ்ச்சிகள் நடந்தன. அந்த அலுவலக நிர்வாகியை ஏதோவொரு காரணத்துக்காக ராணுவம் கைது செய்தது.

ராணுவச் சிறை அந்த அலுவலகத்தின் நேர்பார்வையில் சற்றுத் தொலைவில் இருந்தது.

அதில் ஓர் அறை எடிசன் பணிபுரிந்த இடத்துக்கு நேர் எதிரே இருந்தது. அந்த அறையில் அலுவலக நிர்வாகி அடைக்கப்பட்டிருக்கலாம் என ஏதோ ஓர் உள்ளுணர்வு கூறியது. அந்த அறையின் சன்னல் எடிசனின் அறைக்கு நேர் எதிரே இருந்தது. எனவே அந்த அறையில் இருப்பவர் பார்க்கும் வண்ணம் கைகளை அசைத்து டாட் டேஷ் சமிக்ஞைகளைக் காட்டினார் எடிசன். அந்த அறையில்தான் அந்த அதிகாரி இருந்தார். அவர் இந்த சமிக்ஞைகளைப் பார்த்துத் தாமும் கைகளை அசைத்துச் செய்தி சொன்னார். யார் யாருக்குத் தகவல் கொடுக்க வேண்டும் என்று அவர் சொன்னதன் பேரில் அவர்களுக்கெல்லாம் எடிசன் செய்தி அனுப்பினார். அவர்களின் முயற்சியால் அந்த அதிகாரி விடுவிக்கப்பட்டார்.

அந்த அலுவலகத்தில் இருக்கும் பொழுதுதான் எடிசன் புது மாதிரியாக எழுதும் முறையைக் கற்றுக்கொண்டார். எழுத்துகள்

உயரம் உயரமாக ஒன்றையொன்று தொடாமல் எழுதும் முறை அது. அந்த முறையினால் மிக வேகமாகவும் தெளிவாகவும் எழுத முடியும். கோடு போடாத் தாள்களில்கூடக் கொஞ்சமும் கோணாமல் நேராக எழுத முடியும். மாணவர்களுக்குக் கற்றுக்கொடுக்கப்படும் கையெழுத்துப் பயிற்சிகளில் எடிசனின் இந்த முறையும் ஒரு பாடமாகக் கற்றுக் கொடுக்கப்படுகிறது.

லூயிவில்லில் இருந்த தந்தி அலுவலகம் எப்படியெல்லாம் இருக்கக்கூடாதோ அப்படியெல்லாம் இருந்தது. அழுக்கடைந்த பிசுக்கேறிய இருக்கைகள், தூசி தட்டப்படாத கோப்புக் கட்டுகள், தொங்கும் இணைப்புக் கம்பிகள், கறுத்துப்போன பித்தளைப் பெயர்த் தகடுகள், எலிகள், கொசுக்கள், வெயி லொழுகும் மழையொழுகும் சுவர் வெடிப்புகள், இத்யாதி, இத்யாதி. ஆனால் அந்த அலுவலகத்தில்தான் இளைய எடிசன் நீண்டநாள்கள் அதாவது இரண்டு ஆண்டுகள் பணிபுரிந்தார்.

எடிசனுக்குப் புத்தகம் படிக்காவிட்டால் தூக்கம் வராது. ஆனால் லூயிவில்லில் அவ்வளவாகப் புத்தகங்கள் கிடைக்கவில்லை. பழைய புத்தகக் கடைகளுக்குச் சென்று புத்தகம் வாங்கிவருவார்.

புத்தகங்களை ஏலத்துக்கு விடும் இடங்களுக்கும் சென்று ஏலத்தில் எடுப்பார். ஒருசமயம் நாநூர்த் அமெரிக்கன் ரெவ்யூ இருபது தொகுப்புகள் $2-க்குக் கிடைத்தன. அவற்றை ஏலத்தில் எடுத்து அலுவலகத்தில் வைத்திருந்தார். ஒருநாள் இரவு மூன்று மணிக்குப் பணி முடிந்ததும் அவற்றை மூட்டையாகக் கட்டித் தோளில் தூக்கிக்கொண்டு வேகவேகமாக வீட்டை நோக்கி நடந்தார். யாரோ ஒரு திருடன், தான் கொள்ளையடித்த பொருள் களைத் தூக்கிச் செல்கிறான் என்று நினைத்த போலீஸ்காரர் விசிலடித்தார். காது கேட்காத எடிசன் தொடர்ந்து நடந்தார். வேகமாக ஓடிவந்த காவலர் அவரது கழுத்தை பிடித்து அழுத்தி மூட்டையைக் கீழே இறக்கிவைக்கும்படி சொன்னார்.

''நான் விசிலடித்துக்கொண்டே இருக்கிறேன். நீ போய்க் கொண்டே இருக்கிறாயே! எங்கே கொள்ளையடித்தாய் சொல்'' என்று அதட்டினார் அவர். மூட்டையைப் பிரிக்கச் சொன்னார். பார்த்தால் எல்லாம் புத்தகங்கள்.

''நான் விசிலடித்தும் நீ ஏன் நிற்கவில்லை'' என்று கேட்டார் காவலர்.

''எனக்குக் காது சற்றுக் கேட்காது'' என்றார் எடிசன்

''இன்னும் கொஞ்சம் தூரம் சென்றிருந்தாயானால் உன்னைச் சுட்டிருப்பேன்'' என்றார் காவலர்.

•

எடிசனும் அவரது நண்பர்கள் இருவரும் லத்தீன் அமெரிக்காவில் தந்தி அலுவலர்களுக்கு நல்ல வரவேற்பு இருப்பதைக் கேள்விப் பட்டு அங்குச் செல்லலாம் என்று தீர்மானித்தனர். நியூ ஆர்லியன்ஸ் நகருக்குச் சென்று அங்கிருந்து கப்பலில் ஏறி பிரேசில் செல்ல முடிவு செய்தனர். ஆனால் அங்கு அவர்கள் சந்தித்த ஒரு ஸ்பானிஷ்காரர், பிரேசிலுக்குப் போனால் அமெரிக்காவில் உள்ள சுதந்தரமும் வாய்ப்புகளும் கிடைக்காது என்று எச்சரித்தார். எடிசனின் இரண்டு நண்பர்களும் அந்த எச்சரிக்கையைக் கேட்கவில்லை. எடிசன் நல்லவேளையாகத் திரும்பி விட்டார். அவரது நண்பர்களோ மெக்சிகோ சென்று, சில மாதங்களிலேயே மஞ்சள் காய்ச்சலால் இறந்தனர்.

எடிசன் மீண்டும் லூயிவில் வந்து சேர்ந்தார். உள்நாட்டுப்போர் நின்றுபோனதால் லூயிவில் அலுவலக அமைப்பிலும் சிறிது முன்னேற்றம் ஏற்பட்டது. பல வசதிகள் செய்யப்பட்டன.

எடிசனுக்கு மீண்டும் செய்திப் பிரிவில் பணி கொடுக்கப்பட்டது. தந்திக் கம்பிகளில் ஏற்படும் சிக்கல்களால் பல சந்தர்ப்பங்களில் செய்திகள் முழுமையாகக் கிடைக்காது. சில வார்த்தைகள் விடுபடும். நடுநடுவே வார்த்தைகள் விடுபடும்போது அச் செய்திகளை முழுமையாக்கிக் கொடுக்கும் திறமை வாய்ந்த வராக எடிசன் விளங்கினார். பத்திரிகைகளுக்கு அவற்றுக்குத் தேவையான மாதிரி வடிவமைத்துக் கொடுப்பதால் பத்திரிகை யாளர்கள் நன்றிக்கடனாக செய்திப்பத்திரிகைகளையும் புத்தகங் களையும் அவருக்கு வழங்கினர். அவற்றையெல்லாம் பணியில்லாத நேரத்தில் படித்துப் பொது அறிவில் மிகத் தேர்ச்சி பெற்றவராக எடிசன் விளங்கினார். எனவே சில வார்த்தைகள் விடுபடும்போது அவற்றை யூகித்து நிரப்பிக் கொடுக்க அவரால் முடிந்தது.

லூயிவில்லிலிருந்து எடிசன் மீண்டும் சின்சினாட்டி சென்றார். அங்கே அலுவலகத்தின் மாடியில் ஓர் அறையில் தங்கினார். அங்கும் இரவுப்பணிதான். அங்கே கண்காணிப்பாளராக சாமர்ஸ்

என்பவர் இருந்தார். அந்த அலுவலகத்தில் இருந்த தேவையற்ற பொருள்களைப் பயன்படுத்திக்கொள்ள எடிசனுக்கு அனுமதி கொடுத்தார். அதில் ஒரு பழைய தூண்டுச்சுருள் இருந்தது. அதை மின்கலத்தோடு இணைத்தால் பொறியாகச் சுடர் வெளிப்படும்.

சாமர்ஸ் ஒரு வேடிக்கைப் பேர்வழி. எடிசனும் சாமர்ஸூம் ஒருநாள் ரயில் நிலையத்துக்குச் சென்றனர். அங்கே கீழ்த் தளத்தில் இருந்த ஒரு வாஷ்பேஸினில் அந்த மின் தூண்டுச் சுருளின் ஒரு முனையை இணைத்தார் எடிசன். மறுமுனையைப் பூமியில் பொருத்தினார். பின் அந்தத் தூண்டுச் சுருளை ஒரு மின்கலத்தோடு இணைத்தனர். மேல்தளத்திலிருந்த ஒரு துவாரம் மூலம் கீழே என்ன நடக்கிறதென்று பார்த்தனர். ஒருவர் வாஷ்பேசினுக்குச் சென்று தண்ணீரைத் திறந்ததும் சிறிதாக ஷாக் அடித்ததால் கையை இழுத்து உதறினார். அடுத்தவர் வந்தார். அவரும் அப்படியே. இதைப்பார்த்து அங்கே ஒரு கூட்டம் சேர்ந்துவிட்டது. மின்சாரத்தைப் பற்றி அந்தக் காலத்தில் அதிகம் தெரியாததால் இது பேய் பிசாசின் வேலையோ என்று பேசினர் பலர். சிலர் பயந்து அருகில் செல்லாமல் ஒதுங்கி நின்றனர். எடிசன் ஓசைப்படாமல் கிழே வந்து இணைப்பைத் துண்டித்தார். பேய் பயந்து ஓடிவிட்டது என்று பேசினர் சிலபேர்.

அந்த ஊரில் மிகவும் வேகமாகத் தந்தியடிக்கும் திறமையுள்ள எல்ஸ்வர்த் என்பவர் இருந்தார். அவர் எடிசனிடம் ''நாம் அனுப்பும் செய்தியை அதே இணைப்பில் வரும் எந்த அலுவலரும் படிக்க முடியாதவண்ணம் ஒரு கருவியை உருவாக்குங்கள். அதை ராணுவத்துக்கு விற்று நாம் நிறையச் சம்பாதிக்கலாம்'' என்றார். எடிசனும் நீண்டநாள் முயற்சி செய்து அப்படியொரு கருவியை உருவாக்கினார். ஆனால் அதைச் செய்யுமாறு கேட்டுக்கொண்ட எல்ஸ்வர்த் எங்கோ சென்றுவிட்டார். அந்தக் கருவி பின்னாளில் நான்குமடித் தந்தி (Quadruplex Telegraphy) முறையைக் கண்டுபிடிக்க உதவியது.

8

''எடிசன், தங்கள் உதவிக்கு நன்றி'' என்றார் போர்ட் ஹ்ரான் ரயில் நிலைய மேலாளர்.

''நான்தான் உங்களுக்கு நன்றி சொல்லவேண்டும். புதிதாக ஏதாவது கண்டுபிடிக்க வேண்டும் என்ற எனது பசிக்கு அது தீனியாக அமைந்தது'' என்றார் எடிசன்.

நீங்கள் செய்து தந்த கருவியால் பழுதடைந்த நீரடி கேபிளைட் பயன்படுத்தாமலேயே இருக்கிற இன்னொரு கேபிளில் இரண்டுமடங்கு செய்தியை அனுப்ப முடிகிறது. பழுதடைந்த கேபிளைச் சீர்செய்தால் இன்னும் வேகமாகவும் அதிகமாகவும் செய்தி போகும். அதிகச் செலவில்லாமல் நிலைமையைச் சமாளித்ததற்காக எங்களுக்கு ரயில்வே நிர்வாகத்திடமிருந்து பாராட்டு கிடைத்தது. ரயில்வேக்கும் லாபம், எங்களுக்கும் நல்ல பெயர்.'' என்றார் அதிகாரி.

''அப்படியென்றால் எனக்கு ஓர் உதவி செய்ய முடியுமா'' என்று கேட்டார் எடிசன்.

''சொல்லுங்கள். என்ன வேண்டும்?''

''இங்கிருந்து பாஸ்டன் போவதற்கு எனக்கு ஓர் இலவச அனுமதிச் சீட்டு தரமுடியுமா?''

''முடியாது'' என்றார் அதிகாரி.

''முடியாது என்றால் வேண்டாம்'' என்றார் எடிசன்.

''உங்களுக்கு அனுமதிச் சீட்டு வாங்கித்தந்தால் நீங்கள் இந்த ஊரைவிட்டுச் சென்றுவிடுவீர்களே. எங்களுக்கு அவசரத்தில்

யார் உதவுவார்கள்? நான் விளையாட்டுக்குச் சொன்னேன். என்னுடைய மேலதிகாரியிடம் சொல்லி உங்களுக்கு அனுமதிச் சீட்டு நிச்சயம் வாங்கித்தருகிறேன்'' என்றார் அதிகாரி.

சொன்னது போலவே இரண்டு நாள்களில் அனுமதிச் சீட்டு எடிசனின் கைக்கு வந்தது.

அவருடன் முன்பு பணிபுரிந்த ஆடம்ஸ், பாஸ்டனுக்கு வரச் சொல்லி எழுதியிருந்தார். அங்கே நிச்சயம் வேலை வாங்கித் தருவதாகவும் உறுதியளித்திருந்தார். அந்த நாளில் பாஸ்டன் விஞ்ஞானிகளின் புகலிடமாக இருந்தது. விஞ்ஞானிகளுக்கு வேண்டிய உபகரணங்களை அவர்களின் தேவைகளுக் கேற்றவாறு செய்து கொடுப்பதற்காகச் சில வல்லுநர்கள் அங்கே இருந்தனர். எனவே அங்கே போனால் தனது ஆராய்ச்சிக்கு ஊக்கம் கிடைக்கும் என எடிசன் எண்ணினார்.

போர்ட் ஹூரானிலிருந்து பாஸ்டனை நோக்கிப் புறப்பட்டார் எடிசன். ரயில் டொராண்டோவைக் கடந்து சென்றபோது கடுமையாகப் பனிப்புயல் வீசியது. ரயில் தண்டவாளங்களி லெல்லாம் ஒரே பனியாக இருந்ததனால் ஒரு சிறு உடைப்பில் ரயில் மாட்டிக்கொண்டது. மேற்கொண்டு நகர முடியவில்லை. 24 மணி நேரம் அந்தப் பனிக்குளிரில் நடுங்கிக்கொண்டிருந்தனர். பக்கத்தில் சிதறிக்கிடந்த கட்டைகளை எடுத்துச் சீவி, பனி செருப்புகளை உருவாக்கி ரயில்வே ஊழியர்கள் எங்கோ சென்று உணவு கொணர்ந்தனர். அரை மைல் தொலைவில் ஒரு விடுதி இருப்பதாகவும், அங்குச் செல்லலாம் என்றும் சொல்லிப் பயணிகளுக்கும் பனிச்செருப்பு தயார் செய்து அழைத்துச் சென்றனர். ரயில் பாதை சீர்ப்படும்வரை அந்த விடுதிதான் புகலிடம்.

கையிலும் காசின்றி, கடுமையான பசியோடு எடிசன் வாடினார். அவர் பாஸ்டன் சென்று சேர்ந்தபோது அவருடைய உயிர்மட்டும் தான் உடலில் ஒட்டிக்கொண்டிருந்தது.

எந்த நகரில் பின்னாளில் வரலாறு படைத்தாரோ அந்த நகருக்கு நடைப்பிணமாக வந்து சேர்ந்தார். ஆடம்ஸைப் போய்ப் பார்த்தார். ஆடம்ஸ் பணிபுரிந்த நிறுவனத்தில் ஆள்குறைப்புச் செய்வதால் வேலை காலியில்லை என்றும் வெஸ்டர்ன் யூனியன் அலுவலகத்தில் சொல்லிவைத்திருப்பதாகவும் மறுநாள் காலை

அங்கே போய் அதிகாரியைப் பார்க்கும்படியும் ஆடம்ஸ் கூறினார். ஆடம்ஸ் தயவில் அன்று நல்ல சாப்பாடு கிடைத்தது.

"ஆடம்ஸ் உன்னைப் பற்றி நிறையச் சொல்லியிருக்கிறான். நீ அவனுக்கு எழுதிய கடிதத்தையும் காட்டினான். உன்னை இந்த அலுவலகத்தில் வேலைக்குச் சேர்த்துக்கொள்கிறேன்." என்றார் வெஸ்டெர்ன் யூனியன் தந்தி அலுவலக நிர்வாகி.

"நன்றி ஐயா, தங்கள் எதிர்பார்ப்பு வீண்போகாமல் உழைப்பேன்" என்றார் எடிசன்.

"உன்னைப் பார்த்தால் இன்னும் மூன்று நாள்களாவது ஓய்வு அவசியம்போல் தெரிகிறது. நீ என்றைக்கு வேலைக்குச் சேரப்போகிறாய்?"

"இன்றைக்கே" என்றார் எடிசன்.

"முடியுமா?"

"முடியுமய்யா"

"சரி மாலை ஐந்தரை மணிக்கு வா" என்றார் அதிகாரி.

சரியாக ஐந்தரை மணிக்கு எடிசன் வெஸ்டெர்ன் யூனியன் தந்தி அலுவலகத்துக்குள் நுழைந்தார். இரவு நேரக் கண்காணிப்பாளர் நியூ யார்க் இணைப்பில் செய்தி எடுக்கும் பணியை எடிசனுக்குக் கொடுத்தார்.

எடிசனுடைய கலைந்த உடுப்பையும், தளர்ந்த உடம்பையும் பார்த்த மற்ற தந்தி அலுவலர்கள் அவரைத் திணற அடிக்க வேண்டும் என்று முடிவுசெய்து, கூடிப் பேசி ஒரு திட்டம் வகுத்தார்கள். நியூ யார்க்கிலிருந்த தந்தி அலுவலருடன் தொடர்பு கொண்டு புதிய ஆள் தந்திச் செய்தியைப் பெற முடியாத அளவுக்கு வேகமாக அனுப்பவேண்டும் என்றும் நடுநடுவே குழப்பமான வார்த்தைகளையும் அனுப்பவேண்டும் என்றும் கேட்டுக்கொண்டனர். வேகமாகத் தந்தி அடிப்பதில் தன்னை விஞ்சுவதற்கு ஆளில்லை என்று இறுமாந்திருந்த அந்த நியூ யார்க் அலுவலருக்கு இது ஒரு வாய்ப்பாக அமைந்தது.

எடிசன் நியூ யார்க் செய்தி வரும் இணைப்பின் முன் அமர்ந்தார். படுவேகமாகச் செய்தி வந்தது. ஏற்கெனவே அனுபவம் பெற்றிருந்த எடிசன் செய்தியை அதே வேகத்தில் வாங்கி எழுதினார். இனிமேலும் வேகமாக அடிக்க இயலாது என்று சொல்லும் அளவுக்கு வேகமாகச் செய்தியை அனுப்பினார் நியூ யார்க் ஆசாமி. எடிசன் சளைக்கவில்லை. அடுத்த ஆயுதத்தைப் பிரயோகம் செய்தார் நியூ யார்க்காரர். எழுத்துப்பிழைகளோடும் சொற்களை இடம் மாற்றியும் அடித்தார். எடிசன் ஈடுகொடுத்தார். திடீரென்று எடிசன் செய்தி பெறுவதை நிறுத்தி, தந்தி அனுப்பும் கருவி மூலம் நியூ யார்க் அலுவலருக்குச் செய்தி அனுப்பினார்:

''இனி, அடுத்த காலை மாற்றி அடிக்கவும்.''

அதாவது நீ காலால் அடிக்கிறாய் போலிருக்கிறது, அதனால்தான் செய்தி இவ்வளவு மெதுவாக வருகிறது. இனி, கால்மாற்றி அடி என்று கேலி செய்தார்.

அந்த நியூ யார்க் அலுவலர் விதிர்விதிர்த்துப்போய் வேறொரு வரை அனுப்பச் சொல்லிவிட்டு விலகிக்கொண்டார். எடிசன் செய்தி பெறும் வேகத்தைப் பார்த்து அந்த அலுவலகப் பணி யாளர்கள் வியந்தனர். ''உருவு கண்டு எள்ளாமை வேண்டும்'' என்ற உண்மை அன்று அவர்களுக்குத் தெரிந்தது.

முதல் மாதச் சம்பளம் வாங்கிய பிறகு தாமும் மற்றவர்களைப் போல் சூட் போட்டுக்கொள்ளவேண்டும் என்று ஆசைப்பட்டார் எடிசன். $30 கொடுத்து ஒரு சூட் தைத்துக்கொண்டார். ஆனால் அதே வாரம் ஞாயிற்றுக் கிழமை ரசாயனப் பொருள்களை வைத்து ஏதோ சோதனை செய்தபோது அமிலம் கொட்டி அந்த சூட் தீய்ந்து போனது. நல்ல உடைகள் தமக்கு ஒத்துவராது என்று தீர்மானித்து அன்று முதல் சாதாரண உடைகளையே அணியத் தொடங்கினார்.

உடைகளுக்குப் பதிலாகப் புத்தகங்கள் வாங்கினார். பாரடே எழுதிய புத்தகங்களையெல்லாம் வாங்கிப் பரிசோதனை செய்து பார்த்தார். காலை நான்கு மணிவரை விழித்திருந்து பரிசோதனை கள் செய்தார். ஒருநாள் தன் நண்பர் ஆடம்ஸிடம் சொன்னார்:

''ஆடம்ஸ், எவ்வளவோ செய்ய வேண்டியிருக்கிறது. ஆனால் வாழ்நாளோ கொஞ்சம். எனவே என்னையே நான் முடுக்கி விட்டுக்கொள்கிறேன்.''

அப்பொழுது பாஸ்டனில் ஆராய்ச்சி செய்வதற்கான அருமை யான சூழ்நிலை அமைந்திருந்தது. 1852-ல் மின்சார ரயிலைச் சோதனை முறையில் இயக்கிக் காட்டிய ஹால், தொலை பேசியைக் கண்டுபிடிக்கும் முயற்சியில் ஈடுபட்டிருந்த அலெக்சாண்டர் கிரஹாம் பெல், ஆய்வாளர்களுக்கு வேண்டிய உபகரணங்களைத் தயாரித்துக் கொடுத்த சார்லஸ் வில்லியம்ஸ், கிரஹாம் பெல்லுக்கு உதவிய வாட்சன், அவருக்கு ஊக்கமளித்து வந்த ஹப்பர்ட் ஆகியோர் பாஸ்டனில்தான் இருந்தார்கள். ஆய்வுக்கு உபகரணங்கள் தயாரித்துக் கொடுக்கும் வில்லியம்ஸுடன் எடிசன் முதலில் பழகத் தொடங்கி அது நட்பாக மலர்ந்தது. பாஸ்டனில்தான் அவர் வாக்குப்பதிவு இயந்திரத்தைக் கண்டுபிடித்தார். அதற்குமுன் எத்தனையோ கருவிகளைக் எடிசன் கண்டுபிடித்திருந்தாலும் வாக்குப்பதிவு இயந்திரம்தான் அவர் முதலில் காப்புரிமை பெற்றது.

ஒருவர் புதுமையாக ஒன்றைக் கண்டுபிடிக்க முனைகிறார் என்றால் அப்படிச் செய்யப் போகிறேன் என்று தனது கருத்தை அதற்கான திட்ட அமைப்புகளோடு முதலில் காப்புரிமை பதிவு அலுவலகத்துக்குத் தெரிவிக்க வேண்டும். இதற்கு முன்னறிவிப்பு அல்லது கேவியட் என்று பெயர். கண்டுபிடித்த பிறகு முறைப்படி அந்தக் கருவியைப் பற்றிய எல்லா விவரங்களையும் பதிவு அலுவலகத்துக்கு அனுப்பிப் பதிவுசெய்யவேண்டும். ஒரே மாதிரி கண்டுபிடிப்புகளை இருவர் பதிவு செய்தால் யாருடைய மனு முதலில் வந்தது என்பதைப் பொறுத்துத்தான் பதிவு வழங்கப்படும். அலெக்ஸாண்டர் கிரஹாம் பெல் தனது விண்ணப்பத்தை எலிஷா கிரே என்பவர் விண்ணப்பிப்பதற்கு ஒரு சில நிமிடங்களுக்கு முன் அனுப்பியதால்தான் அவருக்கு தொலைபேசியைக் கண்டுபிடித்த பேடண்ட் கிடைத்தது. பேடண்ட் பதிவு செய்துவிட்டால் அதன் ஆயுள்காலம் 17 ஆண்டுகள். இப்பொழுதெல்லாம் 20 ஆண்டுகள்வரை செல்லும். ஆனால் எடிசன் காலத்தில் 17 ஆண்டுகள் மட்டுமே. அந்தப் பதிவுக் காலத்தில் அவர் கண்டுபிடித்த கருவியை யாராவது தயாரிக்கவேண்டுமென்றால் பதிவுசெய்தவருக்கு உரிமைத் தொகை செலுத்தவேண்டும்.

கண்டுபிடிப்பு மிக முக்கியமானதென்றால் பல பெரிய நிறுவனங் கள் அதன் உரிமையைப் பெருந்தொகை கொடுத்து விலைக்கு வாங்கிவிடுவதும் உண்டு. ஆனால் ஆரம்ப காலத்தில் ஒழுங்கு

படுத்தப்படாத பேடண்ட் முறையால் விஞ்ஞானிகள் பல இன்னல்களுக்கு ஆளானதும் உண்டு. வருடக்கணக்கில் வழக்குகள் நடக்கும். பேடண்ட் இன்னாருக்குத்தான் என்று முடிவு செய்வதற்குள் பேடண்டின் ஆயுள் முடிந்துவிடும்.

11-10-1868-ல் எடிசனின் முதல் காப்புரிமையாக வாக்குப்பதிவு இயந்திரம் பதிவானது. அதைக் கண்டுபிடிப்பதற்காக ராபர்ட்ஸ் என்ற தந்தி அலுவலர் எடிசனுக்கு $100 கொடுத்தார். இதை வாஷிங்டன் டி.சிக்குக் கொண்டு சென்று சட்டமன்ற உறுப்பினர்களுக்கு இயக்கிக் காட்டினார். அதை ஒரு குழு பரிசீலித்தது. அந்தக் குழுவின் தலைவர் எடிசனைத் தனியே அழைத்துச் சென்று அவரிடம் "இளைஞனே, உன்னுடைய கண்டுபிடிப்பு மிக நன்றாக இருக்கிறது. அதுமட்டுமல்ல அது நன்றாகவும் வேலை செய்கிறது. அதில் எங்களுக்குப் பிடிக்காத ஒன்று என்ன தெரியுமா?" என்று கேட்டுச் சற்றே நிறுத்தினார்.

"ஐயா, உங்களுக்குப் பிடிக்காத ஒன்று என்ன என்று விளக்கிச் சொன்னால் அதற்கு ஏற்றாற்போல மாற்றித் தருகிறேன்" என்றார் எடிசன்.

அதற்கு அவர் சிரித்துக்கொண்டே "அப்படிச் செய்யவேண்டுமென்றால் இந்த இயந்திரம் சரியாக வேலை செய்யக்கூடாது" என்றார்.

எடிசனுக்கு ஒன்றும் புரியவில்லை.

அவர் தொடர்ந்தார், "தம்பி, உனக்கு அரசியலைப் பற்றித் தெரியாது. உன்னுடைய இயந்திரத்தைப் பயன்படுத்தினால் வாக்களிப்பு முடிந்து முடிவு உடனே தெரிந்துவிடும். குறைந்த அளவே எண்ணிக்கை உள்ள கட்சி இதனால் பாதிக்கப்படும். வாக்களிப்பை எங்களுக்குச் சாதகமாக மாற்றப் பல தந்திரங்கள் செய்கிறோம். குளறுபடி செய்ய இந்த இயந்திரம் தடையாக இருக்கும். வேறு எதையாவது கண்டுபிடிக்க முயற்சி செய். உனக்கு என்னுடைய வாழ்த்துகள்" என்று சொல்லிவிட்டார். பாவம், அவருடைய முதல் பதிவால் அவருக்கு எந்தப் பயனும் இல்லை. ஆனால் வேறொரு வகையில் பயன் விளைந்தது. அன்று எடிசன் ஒரு தீர்மானம் செய்தார்.

"இனி நான் கண்டுபிடிக்கும் அனைத்தும் பொதுமக்களுக்கு நேரடியாகப் பயன் விளைவிப்பனவாக இருக்கும். மனித

சமுதாயத்துக்குத் தேவைப்படாதது எனது ஆய்வுக்கு உட்படாது'' என்றார்.

வெற்றிகரமாகக் கண்டுபிடிக்கப்பட்ட வாக்குப்பதிவு இயந்திரம் தோல்வியைக் கண்டது. ஆனால் அந்தத் தோல்வியே பின்னாள் களில் அவர் பெற்ற வெற்றிகளுக்கு வழிவகுத்தது.

அடுத்து, தனது கவனம் முழுவதையும் தந்தி முறையை நவீனப் படுத்துவதில் செலுத்தினார். வியாபார நிறுவனங்களுக்கிடையே தனித் தந்தி இணைப்பு கொடுக்கும் ஒரு புதுமுறையை உரு வாக்கினார். டயல் செய்து தொலைபேசி இணைப்பு பெறுவது போன்றதொரு முறை அது. அந்தச் சோதனைச்சாலையில் ஒரு தூண்டுச் சுருளை வைத்துப் பரிசோதனை செய்து கொண்டிருந்த போது அவருடய கை சுருளின் மத்தியில் மாட்டிக்கொண்டு விட்டது. எடுக்க முடியவில்லை. மின்கலத்திலிருந்து மின்சாரம் பாய்ந்துகொண்டிருந்தது. அந்தக் கம்பியை மின்கலத்திலிருந்து விடுவிப்பதற்காகப் பலவந்தமாக இழுத்தார். கம்பி விடுபடு வதற்குப் பதில் அது மின்கலத்தைத் தன்னுடன் இழுத்துக் கீழே தள்ளிவிட்டது.

அது கீழே விழும்போது அதனுள் இருந்த அடர் நைட்ரிக் அமிலம் எடிசனின் முகத்திலும் முதுகிலும் தெறித்தது. வலியில் துடித்துப் போனார். அருகே இருந்த வாஷ்பேஸினுக்குச் சென்று தண்ணீரை முதுகிலும் முகத்திலும் வாரியடித்தார். அதற்குள் அமிலம் தன் வேலையைக் காட்டிவிட்டது. முகத்தில் பல இடங்களில் தோல் பிய்ந்து சதை தெரிந்தது. இரண்டு வாரங்கள் வெளியே தலை காட்ட முடியவில்லை. நல்ல வேளையாக எந்த அடையாளமும் இன்றி முகம் பழையபடி மாறியது.

மற்றவர்களுக்கு நன்மை விளைவிப்பதற்காக ஆய்வில் ஈடுபடு பவர்கள் பின்னாளில் பணம் சம்பாதித்தாலும் தமது உயிரைப் பணயம் வைத்துத்தான் ஆய்வு செய்ய வேண்டியிருக்கிறது.

ஆய்வாளர்களின் தியாகம் பெரிதுதான்.

9

''என்ன இங்கே ஒரே பரபரப்பு?'' என்று கேட்டார் எடிசன்.

''பங்குச் சந்தையில் பங்குகளின் விலையை அறிவிக்கும் கருவி பழுதடைந்துவிட்டது. அதைத்தான் இந்தப் பையன்கள் கத்திக் கத்தி அறிவித்துக் கொண்டிருக்கின்றனர்'' என்றார் நண்பர்.

''நூறு பேர் மட்டுமே நிற்கக்கூடிய இடத்திலே 300 பேர் நின்று கொண்டு கத்துவது காதைப் பிய்க்கிறது'' என்றார் பக்கத்தி லிருந்தவர்.

''இயந்திரத்தை நிர்வகிப்பவர் எங்கிருக்கிறார்?'' என்று கேட்டுக் கொண்டே வந்தார் அந்த நிறுவனத்தின் உரிமையாளர் டாக்டர் லா.

''இதோ இருக்கிறேன்'' என்றார் நிர்வாகி.

''என்ன செய்துகொண்டிருக்கிறீர்கள், என்னவாயிற்று?'' என்று பரபரப்போடு கேட்டார் லா. அந்த அமைப்பு தோல்வியடைந்து விட்டால் அவருக்குப் பெருத்த இழப்பு ஏற்படும்.

நிர்வாகியால் அவருடைய கேள்விக்குப் பதில் சொல்ல இயல வில்லை.

எடிசன் பாஸ்டனிலிருந்து வந்து அந்த நியூ யார்க் கட்டடத்தில் தான் மூன்று நாள்கள் தங்கியிருந்தார். அவர் எங்குச் சென்றாலும் அந்த இடத்தில் இயங்கும் கருவிகள் எப்படி வேலை செய் கின்றன என்று கவனிப்பார். அந்தக் கட்டடத்தில் கீழ்ப்பகுதியில் இருந்த அந்தக் கருவியின் இயக்கத்தைக் கூர்ந்து பார்த்து அதன் இயக்கத்தைத் தெரிந்துகொண்டிருந்தார்.

எனவே அவரது நண்பரிடம், "அந்தக் கருவி இருக்கும் இடத்துக்கு இவர்கள் என்னை அனுமதித்தால் என்னால் சீர் செய்ய முடியும் என்று நம்புகிறேன்" என்றார் எடிசன். யாராவது ஏதாவது செய்து அந்தக் கருவி இயங்கினால் போதும் என்ற நிலையில் இருந்த டாக்டர் லாவிடம் எடிசனின் நண்பர் சென்று இந்தச் செய்தியைச் சொல்ல, கருவியின் பொறியாளரிடம் எடிசனை அழைத்துச் செல்லும்படி பணித்தார் லா. எடிசன் கீழே போய்ப் பார்த்தார். அந்தக் கருவியில் கனமான சுருள் ஒன்று கழன்று தொங்கிக் கொண்டிருந்தது. அதுதான் இயக்கத்தை நிறுத்தியிருக்கிறது என்பதைக் கண்டுபிடித்தார் எடிசன். அதைச் சரியாகப் பொருத்தினார். கருவி இயங்கத் தொடங்கியது.

அந்த இயந்திரத்தோடு இணைப்புக் கொண்ட பங்குச் சந்தை உறுப்பினர்களின் இயந்திரங்களும் சரியாக இயங்கின. எல்லோரும் எடிசனைப் பாராட்டினர். டாக்டர் லா எடிசனை அழைத்து "நாளைக் காலை என்னை வந்து பார்" என்றார்.

மறுநாள் காலை எடிசன் அவரைச் சந்தித்தார். எடிசனைப்பற்றி முழுவிவரங்களையும் லா கேட்டு அறிந்து கொண்டார். அந்த இயந்திரத்தை நிர்வகிக்கும் பொறுப்பை அவரிடம் விடுவதாகவும் மாதம் $300 சம்பளம் தருவதாகவும் சொன்னார். அங்கு இருந்தபடியே ஆய்வுகளைத் தொடர்வதற்கும் உதவுவதாகச் சொன்னார்.

எடிசனுக்குத் தன் காதுகளையே நம்பமுடியவில்லை. அந்தக் கட்டடத்தில் இரண்டு நாள்களுக்கு முன்பு சாப்பாட்டுக்குக் காசில்லாமல், டீ குடித்துக் கொண்டிருந்த ஊர்பேர் தெரியாத ஒருவரிடம் சென்று தனக்கும் கொஞ்சம் டீ தரமுடியுமா என்று கேட்டு வாங்கிக் குடித்தது நினைவுக்கு வந்தது.

நியூ யார்க்குக்கு வந்த அன்று, வேலை கிடைக்கும் வரை சாப்பாட்டுச் செலவுக்காகத் தன் நண்பரிடம் சென்று கடன் வாங்குவதற்காக அவரைத் தேடி, அலைந்து கண்டுபிடித்தார். நண்பரும் வேலையை இழந்திருந்தாலும், தன்னிடம் இருந்த பணத்தில் எடிசனுக்கு ஒரு டாலர் கொடுத்தார். அந்த டாலரை வைத்துக்கொண்டு ஆப்பிள் சிற்றுண்டியும் டீயும் வாங்கிச் சாப்பிட்டார். பசி நேரத்தில் சாப்பிட்ட அந்த ஆப்பிள் சிற்றுண்டியும் டீயும்தான், உண்ட உணவுகளில் விலைமதிப்பற்றது என்றார் எடிசன். ஒரு சில ஆண்டுகளுக்குப் பிறகு தன்னிடம் பணிபுரிந்த

மால்லரியை அழைத்துக்கொண்டு அந்தப் பகுதிக்கு வந்தபோது மால்லரியிடம், ''மால்லரி, உலகத்திலேயே விலைமதிப்பற்ற உணவை இப்பொழுது நான் சாப்பிடப்போகிறேன். நீங்களும் அதைச் சாப்பிட விரும்பினால் சாப்பிடலாம்'' என்று சொல்லி ஆப்பிள் சிற்றுண்டியும் டீயும் சாப்பிட்டார்.

$300 டாலர் சம்பளத்துக்கு ஒரு நாளைக்கு 20 மணி நேரம் வேலைசெய்வதற்கும் எடிசன் தயாராக இருந்தார்.

முதல் மாதச் சம்பளம் வந்ததும் தந்தைக்குக் கடிதம் எழுதினார்: ''அம்மாவின் உடல் நிலை எப்படி இருக்கிறது? அவர் என்ன கேட்டாலும் வாங்கிக் கொடுங்கள். அவருக்கு வேண்டிய மருத்துவ வசதிகள் எல்லாம் செய்து கொடுங்கள். எவ்வளவு பணம் வேண்டுமென்று எழுதுங்கள். நான் அனுப்புகிறேன்.''

அவருடைய தாய் பக்கவாத நோயினால் செயலிழந்து படுத்த படுக்கையாக இருந்தார். ஓரளவுக்கு நல்ல சம்பளம் கிடைத்ததும் அவர் மனம் தாயிடம் சென்றது. தாய்தான் தன் முன்னேற்றங்களுக்கு வித்திட்டவர் என்பதால் தாயின் மருத்துவச் செலவுக்காக என்ன வேண்டுமானாலும் செய்யத் தயாராக இருந்தார். மகனின் வளர்ச்சியைக் கண்டு, உடல் தளர்ந்த நிலையிலும் மனம் பூரித்தார் நான்சி.

எடிசன் பங்குச் சந்தை இயந்திர நிர்வாகப் பொறுப்பை ஏற்றதும் இன்னொரு அசம்பாவிதம் நிகழ்ந்தது. ஜே கௌலாட் என்பவரும் அவரது கூட்டாளிகளும் மிகச் சாமர்த்தியமாகத் திட்டமிட்டு 24-9-1869-ம் அன்று தங்கத்தை அதிகம் வாங்கிப் பங்குச் சந்தை வர்த்தகத்தை முடக்கிவிட்டார்கள். மைய அரசே திணறியது. தங்கத்தின் விலைச் சூதாட்டம் அதிகமாக நடைபெற்ற காலம் அது. அந்தக் கறுப்பு வெள்ளியன்று அமெரிக்காவின் வியாபரம் ஸ்தம்பித்தது. தங்கத்தின் விலை $144-லிருந்து $200-க்கு உயர்ந்தது. அன்று பங்குச்சந்தை சரிந்தது.

அன்று முழுவதும் அந்த இயந்திரத்தை அதிக அளவு இயக்க நேர்ந்ததால் எடிசனால் தூங்கமுடியவில்லை. பலர் தமது சொத்து முழுவதும் இழந்தார்கள். எங்குப் பார்த்தாலும் ஒரே கூச்சல் குழப்பம். வர்த்தக நிலையத்தின் வாசல் படியில் இடிந்து போய் உட்கார்ந்தவர்கள் ஏராளம். சிலருக்குத் தமது கையெழுத்தைக் கூடப் போட முடியாத அளவுக்குக் கைநடுங்கியது.

வெஸ்டெர்ன் யூனியன் தந்தி அலுவலர் எடிசனிடம் வந்து ''எடிசன், நமக்கு ஒரு சென்ட்கூட நஷ்டமில்லை'' என்றார்.

''ஆமாம், ஏழைகளுக்கு இப்படி மகிழ்ச்சியான நாள்கள் வருவது அபூர்வம்'' என்றார் எடிசன்.

அமெரிக்க ஜனாதிபதி, அரசின் கையிருப்பிலிருந்து தங்கத்தை வெளிச்சந்தையில் விடுத்து நிலைமையைச் சமாளித்தார்.

பிராங்க்ளின் போப் என்ற மின்பொறியாளர் மிகத் துடிப்புள்ள இளைஞர். அவர் எடிசனிடம் தோழமை பூண்டார். பிராங்க்ளின், டாக்டர் லாவுடன் வியாபாரக்கூட்டு வைத்திருந்தார். எடிசனும் அவர்களுடன் இணைந்தார். பிராங்க்ளினின் அருகில் இருப்பதற்காக எடிசன் நியூ ஜெர்சியில் எலிசபெத் என்ற பகுதியில் இருந்த அவருடைய வீட்டுக்குக் குடிபெயர்ந்தார். மிகக் கடினமான வாழ்க்கை. நியூ யார்க்கிலிருந்து இரவு 1.00 மணி ரயிலில் புறப்பட்டு எலிசபெத் செல்வார். அங்கிருந்து அரை மைல் தொலைவில் வீடு. நடந்துதான் செல்லவேண்டும். காலை 6.00 மணிக்கு எழுந்து சிற்றுண்டி உண்டுவிட்டு 7.00 மணி வண்டிக்குச் சென்றுவிடுவார்.

போப்பும் எடிசனும் இணைந்து ஓரிழை அச்சு இயந்திரம் ஒன்றைக் கண்டுபிடித்தனர். வாயால் சொல்லிக்கொண்டிருப்பதற்குப் பதிலாக அந்த இயந்திரத்தின் மூலம் பங்குச்சந்தை விவரங்களை அச்சடித்துக் கொடுத்துவிட முடியும்.

மிக எளிமையான, அதே சமயம் மிகவும் பயனுடைய பங்கு வர்த்தகக் கடிகை (Stock Ticker) ஒன்றை எடிசன் உருவாக்கினார். அந்தக்கருவி பங்குச்சந்தைகளில் பயன்படுத்தப்பட்டது. அமெரிக்காவில் மட்டுமன்றி லண்டனிலும் அந்தக்கருவி உபயோகப்படுத்தப்பட்டது.

பங்குச்சந்தை சீரமைப்புக்காக எடிசன் மேலும் பல இயந்திரங்களை உருவாக்கினார். அவற்றின் பதிவு உரிமையும் பெற்றார். அவர் கண்டுபிடித்த கருவிகளின் பயனாக மனித உழைப்பு குறைவாகத் தேவைப்பட்டது. இவற்றுக்கெல்லாம் கோல்ட் ஸ்டாக் தந்தி நிறுவனம் உதவிசெய்தது.

ஒருநாள் அந்த நிறுவனத்தின் தலைவர் ஜெனரல் மார்ஷல் லெஃபர்ட்ஸ் என்பவர் எடிசனை அழைத்து ''இளைஞனே,

உன்னுடைய கண்டுபிடிப்புகளை இங்கே இத்தோடு நிறுத்திக் கொள். இவற்றின் உரிமைகளை நான் வாங்கிக்கொள்கிறேன். உனக்கு எவ்வளவு பணம்வேண்டும். கேள்'' என்றார்.

தான் பணிசெய்த நேரம், உழைப்பு, பதிவு பெற எடுத்த முயற்சி இவற்றையெல்லாம் தோராயமாகக் கணக்கிட்டு எடிசன் மனத்துக்குள் $5,000 கேட்கலாம் என நினைத்தார். அது அதிகமாக இருக்குமோ, கேட்டால் தவறாக நினைப்பாரோ, $3,000 கொடுத்தால்கூடப் போதும், வாங்கிக்கொள்ளலாம் என மனத்தில் நினைத்தார்.

ஜெனரல் மீண்டும் வற்புறுத்திக் கேட்கவே ''நீங்களே ஒரு தொகையைச் சொல்லுங்கள்'' என்றார் எடிசன்.

''$40,000 கொடுக்கலாம் என நினைக்கிறேன். சம்மதமா?'' எனக்கேட்டார் மார்ஷல். எடிசன் மயங்கி விழாத குறைதான். இதயம் படபட என்று அடித்துக் கொண்டது.

''அது மிகவும் நியாயமானது'' என்றார் எடிசன்.

''நல்லது, நல்லது, நாளைக் காலை ஒப்பந்தப்பத்திரம் தயாராகி விடும். காலையில் வந்து கையெழுத்திட்டுப் பணத்தைப் பெற்றுக்கொள்'' என்றார் ஜெனரல்.

மறுநாள் காலை ஒப்பந்தம் தயாராக இருந்தது. ''படித்துப் பார்த்துக் கையொப்பமிடு'' என்றார் மார்ஷல். எடிசன் மேலோட்டமாகப் பார்த்துக் கையொப்பமிட்டார். இதெல்லாம் ஏதோ ஒரு விளையாட்டு என்று தோன்றியது.

ஆனால் சொன்னபடி $40,000-க்குச் காசோலை கொடுக்கப் பட்டது. அன்னையை மானசீகமாக நினைத்துக்கொண்டார். அதைக் கொண்டுபோய் வால் ஸ்ட்ரீட்டிலிருந்த வங்கியில் கொண்டு கொடுத்தார். வங்கியில் இருந்தவர்கள் அதை வாங்கிக் கொண்டு எடிசனை ஏற, இறங்கப் பார்த்தனர். பிறகு தமக்குள் ஏதோ பேசிக்கொண்டனர். காசோலையைத் திருப்பிக் கொடுத்தனர்.

எடிசன் மீண்டும் மார்ஷலிடம் வந்தார். அதை வாங்கிப் பார்த்த மார்ஷல் பலமாகச் சிரித்தார். வங்கி பற்றி எதுவும் தெரியாமல் இருக்கிறானே என்று எண்ணி தமது ஊழியர் ஒருவரை அழைத்து

எடிசனுடன் அனுப்பி வங்கியில் அறிமுகம் செய்து கையெழுத்திட்டு வா என அனுப்பினார்.

அறிமுகப் படலம் முடிந்ததும் வங்கியில் பணம் கொடுத்தனர். எடிசன் அவ்வளவு பணத்தை அதற்குமுன் பார்த்ததில்லை. அதை எப்படி வீட்டுக்குக் கொண்டு செல்வது என்றும் தெரியவில்லை. எல்லாப் பணத்தையும் தனது கோட்டுப் பைகளில் திணித்துக் கொண்டு வீட்டுக்குக் கொணர்ந்தார். யாரையாவது அனுப்பிப் பணத்தைப் பறித்துக்கொள்வார்களோ என்ற பயம் வேறு. இரவெல்லாம் தூங்கவில்லை. அடைகாத்துக் கொண்டிருந்தார்.

மறுநாள் மீண்டும் மார்ஷலிடம் சென்று பணத்தைப் பாதுகாப்பாக எங்கு வைப்பது என்று கேட்டார். மேலும் விளையாடுவது சரியல்ல என்று நினைத்த மார்ஷல் எடிசன் பெயரில் வங்கிக் கணக்குத் தொடங்க ஏற்பாடு செய்து அதில் பணத்தைப் போட்டு வைக்கச் சொன்னார்.

பட்டினி கிடந்த நிலையிலிருந்து ஓரளவுக்குச் சுதந்தரமாக வாழ்வதற்கு வழி கிடைத்தது. பணத்தை வங்கியில் அப்படியே வைத்திருக்க விரும்பவில்லை. எனவே நியூ ஜெர்சியில் நெவார்க் நகரில் வார்டு தெருவில் 1012 எண் உள்ள வீட்டை வாடகைக்கு எடுத்தார். புதிதாகப் பல இயந்திரங்களை வாங்கினார். ஸ்டாக் டிக்கர் உற்பத்தி செய்ய சிலரைப் பணிக்கு அமர்த்தினார். ஜெனரல் லெஃபர்ட்ஸ் நிறைய ஸ்டாக் டிக்கர் செய்யும் பணியைக் கொடுத்தார். வியாபாரம் சூடு பிடித்தது. பங்குச் சந்தைகளிலும் பங்குச் சந்தை உறுப்பினர் அலுவலகங்களிலும் அவரால் தயாரிக்கப்பட்ட ஸ்டாக் டிக்கர்கள் நிறுவப்பட்டன.

எடிசன் இரவு பகல் பாராது உழைத்தார். அவர் தூங்கும் நேரம் மிகக்குறைவு. ஐந்து மணிநேரம் உழைத்தபின் அரைமணி நேரம் தூங்குவார். தூங்குவதற்கென்று வசதியான கட்டில் எல்லாம் தேவையில்லை. பணி செய்யும் இடத்திலேயே அங்கிருக்கும் ஒரு கட்டையில் படுப்பார். படுத்தவுடன் தூங்கிவிடுவார். சரியாக அரைமணி நேரத்தில் எழுந்துவிடுவார். பிறகு சுறுசுறுப்பாக ஐந்து மணி நேரம் உழைப்பார். பிறகு அரைமணி நேரம் தூக்கம். இப்படித் தூங்குவது அவரது இயல்பாயிற்று. சில சமயங்களில் தூங்காமலே உழைப்பதும் உண்டு.

50 ஆள்களை வேலைக்கு நியமித்தார். நல்ல சம்பளம் கொடுத்தார். ஆனால் நேரக் கணக்கெல்லாம் கிடையாது. 12 மணி

நேரத்துக்குக் குறையாமல் வேலை செய்ய வேண்டியிருக்கும். அவர்தான் கண்காணிப்பாளர். பிழிந்தெடுத்துவிடுவார்.

அவர் கணக்கு வழக்குகளை நிர்வகித்ததிலும் ஒரு புதுமை இருந்தது. தனது அலுவலக அறையில் இரண்டு கொக்கிகளைத் தொங்கவிட்டிருந்தார். ஒன்றில் தான் கொடுக்கவேண்டிய பட்டுவாடாவின் தாள்கள் குத்தப்பட்டிருக்கும். இன்னொன்றில் தனக்கு வரவேண்டிய பணத்தின் விவரம் எழுதி வைக்கப் பட்டிருக்கும். பணம் கட்டவேண்டிய நாள் கடந்ததும் வங்கியி லிருந்தோ, பணம் கொடுக்கப்படவேண்டியவரிடமிருந்தோ நினைவூட்டல் வரும். உடனே அந்தப் பணத்தைக் கட்டி விடுவார். சிலசமயங்களில் அபராதத்துடன் கட்டவேண்டி யிருக்கும். தன் கையில் பணமில்லாதபோது தனக்குக் கொடுக்க வேண்டியவர்களுக்கு எழுதிப் பணத்தை வசூலிப்பார்.

இந்த முறை சரிப்பட்டுவராது என்று அவருடைய நண்பர் சொன்னதால் ஒரு கணக்கரை நியமித்தார். மூன்று மாதங்கள் முடிந்தது. அந்தக் கணக்கரிடம் எவ்வளவு பணம் கையிருப்பில் இருக்கிறது என்று கேட்டார். அவர் $3,000 என்றார். அன்றிரவே ஊழியர் அனைவருக்கும் பெரிய விருந்தளித்தார் எடிசன். மறுநாள் காலை அந்தக் கணக்கர் எடிசனிடம் வந்து தான் கணக்கைத் தவறாகப் போட்டுவிட்டதாகவும் உண்மையில் நஷ்டம் $500 என்றும் சொன்னார். மூன்று நாள்களுக்குப் பிறகு மீண்டும் வந்து கணக்கைப் பார்த்ததில் லாபம் $7,000 என்றார். எடிசன் கணக்கரை மாற்றினார்.

ஸ்டாக் டிக்கர் விற்பனையில் எடிசனுக்கு நல்ல வருமானம். எடிசனிடம் உழைத்தவர்கள் நன்கு உழைத்தது மட்டுமன்றிக் கற்றுக்கொள்ளவும் செய்தனர். எடிசனின் தொழில்கூடம் ஒரு பயிற்சிக்கூடமாகவும் அமைந்தது. அவரது தொழிற்சாலை உலகுக்கு நல்ல கண்டுபிடிப்புகளை மட்டும் கொடுக்கவில்லை. நல்ல தொழில் அதிபர்களையும் வழங்கியது.

10

''பையா இங்கே வா, போய், துப்பாக்கி தொழில்கூடத்தில் போன மாதம் சேர்ந்தாரே, அவர் பெயரென்ன, பரவாயில்லை அவரை அழைத்துவா'' என்று அலுவலக ஊழியருக்கு ஆணையிட்டார் எடிசன். சிறிது நேரத்தில் அவர் குறிப்பிட்ட மனிதர் வந்தார்.

''வாருங்கள், வேலை எப்படி இருக்கிறது?''

''எனக்குப் பிடிக்கிறது.''

''உங்களைக் கொஞ்ச நாள்களாகக் கவனித்துவருகிறேன். நீங்கள் எப்பொழுதும் வேலை செய்துகொண்டே இருக்கிறீர்கள். தூங்குவதில்லையா?''

''அப்படி இல்லை. இடையிடையே தூங்குவேன்.''

''நீங்களும் என்னைப்போல்தான். மகிழ்ச்சி. இப்பொழுது வாரத்துக்கு நீங்கள் என்ன வாங்குகிறீர்கள்?''

''இருபத்தியொன்றரை டாலர் வாங்குகிறேன்.''

''உங்களால் துப்பாக்கி தயாரிக்கும் தொழிற்சாலையை முழுக்க நிர்வகிக்க முடியுமா?''

''எனக்குத் தெரியாது. முயற்சி செய்து பார்க்கிறேன்.''

''சரி, உங்களுக்கு வாரத்துக்கு $60 தருகிறேன். அந்தத் தொழிற் சாலைக்கு நீங்கள்தான் பொறுப்பு'' என்றார் எடிசன்.

தன் வாழ்நாளில் அப்படியொரு தொழில் வினைஞனைத் கண்ட தில்லை என்கிறார் எடிசன். எடிசன் கண்டுபிடித்த துப்பாக்கியை

பிரிட்டிஷ் ராணுவத்தில் பயன்படுத்தினர். எனவே உற்பத்தி அதிகம் செய்ய வேண்டி இருந்தது. மூன்றே மாதத்தில் அந்தப் பொறுப்பாளர் உற்பத்தியை இரண்டுமடங்கு ஆக்கிக் காட்டினார். அதே அளவு ஊழியர்களைக் கொண்டு செலவினங்களையும் அதிகரிக்காமல் அந்தச் சாதனை நிகழ்ந்தது. எடிசனுக்கு மிகுந்த மகிழ்ச்சி. ஆனால் அந்த மகிழ்ச்சி நெடுநாள் நீடிக்கவில்லை. அந்த மனிதர் ஒருநாள் காணாமல் போய்விட்டார். ஒரு நல்ல திறமைசாலியை இழக்க விரும்பாத எடிசன் ஆளனுப்பி எங்கெல்லாமோ தேடிப்பார்த்தார். அகப்படவில்லை.

இரண்டு வாரங்கள் கழித்து அவர் தானாகத் திரும்பிவந்தார். உடையெல்லாம் கசங்கியிருந்தது. முகத்தில் சோர்வு, தளர்ச்சி. எடிசனின் எதிரே இருந்த இருக்கையில் அமர்ந்தார்.

''எங்குப் போயிருந்தீர்கள்? ஏன் இந்தக் கோலம்?'' என்று கேட்டார் எடிசன்.

''எடிசன், என்னால் வசதி வந்தால் வாழ முடியாது. இப்படி இரண்டு மூன்று முறை நேர்ந்துவிட்டது. எனக்குக் குறைந்த சம்பளத்தில் வேலை கொடுங்கள். அப்பொழுதுதான் என்னால் ஒழுங்காக இருக்க முடியும்'' என்றார் அவர்.

மதுபானம் அவரை அந்தப் பாடு படுத்தியிருக்கிறது என்பதை அறிந்த எடிசன் அவருக்குக் குறைந்த சம்பளத்தில் கீழ்நிலைப் பதவி கொடுத்தார். அவரும் பல ஆண்டுகள் அங்குப் பணி புரிந்தார். மனிதனின் மாறுபட்ட குணாதிசயத்தை என்னென்று சொல்வது?

ஸ்டாக் டிக்கர் கருவிகளை உற்பத்தி செய்து விற்றதில் நல்ல வரவு. அந்தப் பணத்தை புதிய ஆய்வுகளில் முடக்கினார். 11 நாள்களுக்குள் ஒரு சிறு கண்டிபிடிப்பேனும் செய்தாக வேண்டும். ஆறு மாதங்களுக்கு ஒருமுறை குறைந்தபட்சம் ஒரு பெரிய கண்டுபிடிப்பை நிகழ்த்தியாகவேண்டும். இதுதான் அவரது திட்டம். ஆனால் இதற்கு அதிகமாகவே அவர் நிகழ்த்திக் காட்டினார். 1882-ம் ஆண்டுமட்டும் 141 கண்டுபிடிப்புகளுக்கு ஆய்வு செய்து, 75 பேடண்டுகளைப் பெற்றார். இவை மட்டும் தான் என்பதில்லை. காப்புரிமை பெறாத கண்டுபிடிப்புகளும், காப்புரிமை பெற முயற்சி செய்யாதவையும், மற்றவர்களுக்குத் தெரிந்துவிடக்கூடாது என்பதற்காக ரகசியமாக வைத்துக்

கொண்ட கண்டுபிடிப்புகளும் ஏராளம். கண்டுபிடிப்புகளில் பலவகை உண்டு:

1 தானே முயற்சி செய்து கண்டுபிடிப்பது
2 கருத்தளவில் யாரோ சிந்தித்துச் சொல்லிச் செயல் படுத்தாமல் போனதைத் தானெடுத்து முனைந்து செயல் படுத்துவது
3 மற்றவர் முயற்சி செய்து வெற்றி பெறமுடியாமல் போனதை, தான் முயற்சி செய்து வெல்வது
4 வேறு ஒருவருக்காக அவரது ஆலோசனையின் பேரில் ஆராய்ந்து வெற்றிகாண்பது
5 தான் ஏற்கெனவே கண்டுபிடித்த ஒன்றை மேலும் ஆய்ந்து முன்னேற்றுவது.
6 மற்றவர் கண்டுபிடித்ததை எடுத்துக்கொண்டு மேலும் சீர்ப்படுத்துவது.

மேற்கண்ட எல்லா வகையிலும் எடிசன் முயற்சி செய்திருக்கிறார்.

வெற்றிகரமாகக் காலூன்றும்வரை அவர் சந்தித்த இன்னல்கள் இவ்வளவென்று அறுதியிட்டுச் சொல்ல முடியாது.

பலரால் ஏமாற்றப்பட்டிருக்கிறார். இவருடன் பணிபுரிந்தவர்கள் இவர் முயற்சியின் ரகசியங்களைப் போட்டியாளரிடம் விற்று விடுவதும் உண்டு.

எடிசனே தனது ஆர்வமிகுதியால் தான் கண்டுபிடித்ததைப் பதிவு பெறுவதற்கு முன்பே பத்திரிகையாளர்களிடமும் பார்வையாளர்களிடமும் விவரித்துச் சொல்லி அதனால் அல்லல் பட்டதும் உண்டு.

இவரது ஆய்வைப் பயன்படுத்திக்கொண்டு இவருக்கு ஏதும் கொடுக்காமல் ஏமாற்றியவர்கள் அதிகம்.

பொய் வழக்குகள் போட்டு இவரது ஆய்வின் பயனை அனுபவிக்க இயலாமல் செய்த நிகழ்வுகள் ஏராளம்.

இவரது கண்டுபிடிப்பு நடைமுறைக்கு வந்தால் தமது வியாபாரம் படுத்துவிடும் என்று பல பெரிய பணமுதலைகள் இவரை

எடிசன்: கண்டுபிடிப்புகளின் கதாநாயகன் ● 67

விலைக்கு வாங்க முயற்சி செய்ததும், பத்திரிகைளில் தூற்றியதும், பொய் விளம்பரங்கள் கொடுத்ததும், மிரட்டியதும் உண்டு. முதலில் இதனால் பாதிக்கப்பட்ட எடிசன், பின்னாளில் சுதாரித்துக்கொண்டார்.

எடிசன் தோல்விகளைக் கண்டு துவண்டுவிடவில்லை. ஏமாற்றங்களால் இடிந்துபோய்விடவில்லை.

தோல்விகளை அவர் இரண்டு விதமாகப் பார்த்தார். ஒன்று தன்னுடைய செயலால் அன்றித் தானாக நிகழ்கிற தோல்வி. இரண்டாவது, தன்னுடைய அல்லது தன்னைச் சார்ந்தவர் களுடைய முயற்சியின்மையாலும் அலட்சியத்தாலும் நிகழ்கிற தோல்வி. தானே நிகழ்கிற தோல்வி அவருக்கு வருத்தத்தைக் கொடுப்பதற்குப் பதிலாக மகிழ்ச்சியைக் கொடுத்தது. அத்தகைய தோல்விகள் படிப்பினைகள். எந்த விளைவு அந்தத் தோல்வியை நிகழ்த்தியதோ அந்த விளைவு எதற்கும் உதவாது என்ற ஞானத்தை அது கொடுக்கிறதல்லவா?

எத்தனை முறை அத்தகைய தோல்விகளைச் சந்திக்க நேர்ந் தாலும் அவர் கலங்கவில்லை.

ஒரு குறிப்பிட்ட ஆய்வில் 50,000 முறை தோல்வியைச் சந்தித்தார். ஆனால் தளர்ந்துவிடாமல் தொடர்ந்து வென்றார். அவரைப் பொறுத்தமட்டில் உழைப்புதான் மூலதனம்.

''உள்ளுணர்வு ஒரு விழுக்காடு, உழைப்பு 99 விழுக்காடு'' என்பதுதான் அவரது கொள்கை.

அலட்சியத்தால் நிகழ்கிற தோல்வியை அவரால் சகித்துக் கொள்ள இயலவில்லை. கனிவுமிக்க எடிசன் அரக்கனோ என்று சொல்லும்படி நடந்துகொள்வதும் உண்டு. கெட்ட வார்த்தை கள், வசவுகள் சரமாரியாகக் கொட்டும். அந்நேரங்களில் அவரை நெருங்கவே பிறர் அஞ்சுவார்கள்.

ஒருசமயம் ஒரு பொருளை குறிப்பிட்ட காலத்துக்குள் தயாரித்துக் கொடுத்தாகவேண்டும் என்ற சூழ்நிலை. அதைச் செய்யா விட்டால் பெருத்த பொருள் நஷ்டமும் வசையும் ஏற்படும். என்ன செய்வது? அந்தத் துறையில் பணியாற்றிவந்த அனை வரையும் தொழிற்சாலைக்குள் வைத்து கதவை வெளியே பூட்டி விட்டார். அந்தப் பொருளை மாற்றியமைத்து, இடையே

ஏற்படும் பழுதுகளை நீக்கி, சீர்செய்து உற்பத்திநிலைக்குக் கொண்டுவரும் வரை யாரும் வெளியே போகக் கூடாது என்று ஆணையிட்டார். ஆனால் ஊழியர்களின் உணவுக்கோ மற்ற அடிப்படை வசதிகளுக்கோ எந்தக் குறையும் இன்றிப் பார்த்துக் கொண்டார்.

60 மணி நேரத்தில் அவர் நினைத்தபடி வேலை முடிந்தது.

•

தந்திச் செய்தியை காகிதத்தில் துளை வடிவில் வாங்கி நிமிடத்துக்கு ஆயிரம் வார்த்தை வீதம் அனுப்பும் ஒரு கருவியை எடிசன் கண்டுபிடித்தார். அந்தக் கருவியின் உரிமையை வாங்கிய நிறுவனம் எடிசனை லண்டனுக்குப் போய் அக்கருவியைச் செயல்படுத்திக் காட்டும்படிக் கேட்டுக்கொண்டது. அவர் 'ஜம்பிங் ஜாவா' என்ற கப்பல் மூலம் ஜாக் ரைட் என்னும் ஊழியருடன் லண்டன் போய்ச்சேர்ந்தார். அங்கே லண்டனுக்கும் லிவர்ப்பூலுக்கும் இடையே செய்தி அனுப்ப ஏற்பாடு. அதற்கு வேண்டிய மின்கலங்களையும் கம்பிகளையும் லண்டனில் எந்த நிறுவனத்துக்காகச் செயல்படுத்திக்காட்ட வந்தாரோ அந்த நிறுவனம் கொடுக்கவேண்டும். அந்த நிறுவனத்தில் இருந்த பழைமைவாதிகளுக்கு இது பிடிக்கவில்லை. எனவே எடிசனுக்கு இடைஞ்சல் தர முனைந்தனர். செயலிழந்த பழைய மின்கலங் களையும் உபயோகமற்ற பழைய கம்பிகளையும் கொடுத்தனர்.

அவற்றைப் பார்த்தவுடனேயே தாம் தோல்வியைத்தான் சந்திக்கப் போகிறோம் என்று எடிசனுக்குத் தெரிந்துவிட்டாது. என்றாலும் முயற்சி செய்யாமல் தோற்க அவர் விரும்பவில்லை. எனவே அங்கு வந்திருந்த அமெரிக்க நிறுவனத்தின் தலைவரிடம் வேறு மின்கலங்களை வாங்கிக்கொள்ள அனுமதி கேட்டார். அவரது ஒப்புதலின் பேரில் வெளியே மின்கலங்கள் வாங்கி அவற்றை லிவர்ப்பூலுக்கு அனுப்பினார். செயல்படுத்திக் காட்டியபோது, மின்கலங்கள் சக்திவாய்ந்தவையாக இருந்ததால் பழைய கம்பியிலும் செய்தி விரைவாகப் போனது. எடிசனின் செயலாக்கம் வெற்றி பெற்றது.

பழைமைவாதிகள் அத்துடன் விட்டுவிட விரும்பவில்லை. எடிசனை எதிலாவது தோல்விகாணச் செய்துவிட வேண்டும் என்று முனைந்தனர். அதுமட்டுமன்றி அவருக்குத் தெரியாமல்

அவரது புதிய கருவி எப்படி இயங்குகிறது என்பதையும் கற்றுக் கொண்டனர்.

நீரடி கேபிளில் இந்த முறையைச் செயல்படுத்திக் காட்ட முடியுமா என்று கேட்டனர். எடிசன் ஒப்புக்கொண்டார். சவாலாக ஏற்று அதைச் செயல்படுத்திக் காட்ட முனைந்தார்.

அந்த நிறுவனத்துக்குச் சொந்தமான ஒரு கிடங்கில் பல கிலோ மீட்டர் நீளமுள்ள அந்தக் கேபிள் சுற்றிவைக்கப்பட்டிருந்தது. அதில் ஒருமுனையில் அனுப்பும் கருவியையும் இன்னொரு முனையில் பெறும் கருவியையும் இணைத்துச் செய்தியை அனுப்பினார். ஆனால் தேவையான வேகம் கிடைக்கவில்லை. இன்னும் கொஞ்சம்தான் பாக்கி. ஆனால் வேகத்தந்திமுறை தோல்வியடைந்து விட்டதாக அந்த நிறுவனம் அறிவித்தது.

ஆனால் அந்த நிறுவனம் ஓர் உண்மையை எடிசனிடம் இருந்து மறைத்துவிட்டது. அதே கேபிள் நீருக்கடியில் நிறுவப்பட்டி ருந்தால் வேகமாகச் செய்தியை அனுப்பியிருக்க முடியும். சுற்றிவைக்கப்பட்ட கேபிளில் மின்தூண்டல் காரணமாக வேகம் தடைபடும் என்ற உண்மையை வேண்டுமென்றே மறைத்து விட்டனர். அத்தகைய கேபிள்கள் பற்றி எடிசனுக்குத் தெரியாத காரணத்தால் அந்த முயற்சி தோல்வியடைந்தது. தான் ஏமாற்றப்பட்டுவிட்டோம் என்பதை எடிசன் உணர்ந்தார். அமெரிக்க நிறுவனத் தலைவரும் ஒரு பொறியியல் அறிஞர் என்பதால் அவருக்கும் நிலைமை புரிந்தது.

மேற்கோண்டு அங்கே இருக்கவேண்டாம் என்று சொல்லி எடிசன் அமெரிக்கா திரும்பினர். ஆனால் எடிசனின் அனுமதி யின்றி அந்த ஆங்கில நிறுவனம் அவரது கருவியை சிறுசிறு மாற்றங்களோடு தயாரித்துப் பயன்படுத்தியது; விற்பனையும் செய்தது. எடிசனுக்கு ஒரு பைசாகூடக் கிடைக்கவில்லை.

இதனால் எல்லாம் எடிசன் மனம் தளர்ந்துவிடவில்லை. அவர் ஒரே சமயத்தில் ஒன்றுக்கு மேற்பட்ட கண்டுபிடிப்புகளில் ஈடு பட்டார். ஒரு கண்டுபிடிப்பில் தேக்கம் நேர்ந்தால் இன் னொன்றுக்குத் தாவிவிடுவார். சில சமயங்களில் இருவேறு கண்டுபிடிப்புகள் ஒன்றோடு ஒன்று தொடர்புடையனவாக அமைந்துவிடுவதுண்டு. ஒரு கண்டுபிடிப்பிலிருந்து விடுபட்டு இன்னொன்றில் ஈடுபடுவதுதான் அவருக்கு ஓய்வு.

ஒரு தந்திக்கம்பியில் ஒரே சமயத்தில் ஒரு தந்திதான் அனுப்பவோ அல்லது பெறவோ முடியும். இது அந்தக் காலத்தில் இருந்த நிலை. ஆனால் எடிசன் ஒரு கம்பியில் ஒரே சமயத்தில் ஒரு செய்தியை அனுப்பவும் ஒன்றைப் பெறவுமாகிய இரட்டைச் செய்தி முறையைக் கண்டுபிடித்தார். அதற்கு நல்ல வரவேற்பிருந்தது. அதன்பிறகு இரண்டு தந்திகளை ஒரே கம்பியில் அனுப்பவும் அதே சமயம் இரண்டு தந்திகளைப் பெறவும் இயலுமாறு நான்குமடித் தந்தி முறையைக் கண்டு பிடித்தார். மின்னணு சாதனங்கள் (வால்வ், ட்ரான்சிஸ்டர்) முதலியவை கண்டுபிடிக்கப்படாத அந்தக் காலத்தில் இவற்றைக் கண்டுபிடித்ததுதான் சிறப்பு. இப்பொழுது பல்லாயிரம் செய்தி களை ஒரு கம்பியில் மிக எளிதாக அனுப்பமுடியும். ஆனால் அந்தக் காலத்தில்?

நான்கு மடித்தந்தியின் உரிமைக்காக அவருக்குக் கிடைத்த பணம் வெறும் $30,000 தான்.

ஆனால் எடிசனைவிட மற்றவர்கள்தான் அதிகப் பயன் அடைந்தார்கள்.

தந்தியைப் பெறும்போது காகிதத்தில் புள்ளிகளாக அது பதிவாகும். அதை அனுப்பும் கருவியின் மூலம் 'கட்டுக்கட்'டாக மாற்றி மிக வேகத்தில் வேறு இடத்துக்கு அனுப்ப முடியும். அங்கேயும் அது புள்ளிகளாகப் பதிவாகும். இதற்குப் [illegible]ாக எழுத்துகளாகவே பதிவு செய்யும் இயந்திரத்தைக் க[illegible]ண்டுபிடிக்க முடியுமா என அவருடைய நண்பர் போப் கேட்டார். மிகுந்த முயற்சிக்குப் பிறகு அப்படி ஒரு கருவியை உருவாக்கினார்.

ஒருநாள் ஒருவர் அவரிடம் மர அச்சுகளால் ஆன ஒரு கருவியைக் கொணர்ந்து காட்டினார். அந்த அச்சுகளை அழுத்தினால் எழுத்துகள் தாளில் அச்சடிக்கப்பட்டன. அதற்கு டைப்ரைட்டர் என்று பெயரிட்டிருப்பதாக அவர் சொன்னார். எடிசன் அதை வாங்கித் தன்னிடம் வைத்துக்கொண்டு அதில் பல மாற்றங் களைச் செய்தார். புது மாதிரியான தட்டச்சு இயந்திரம் உருவானது. அதுதான் பிற்காலத்தில் ரெமிங்டன் டைப்ரைட்டர் என்று புகழ்பெற்றது.

எடிசனுடைய அலுவலகத்தில் அடிக்கடி பசையை உபயோகப் படுத்த வேண்டியிருந்தது. பசையை உபயோகப்படுத்திய உடன்

அது கையில் ஒட்டிக்கொண்டு இடைஞ்சல் கொடுத்தது. ஒருநாள் அவருடைய சக ஊழியரை அழைத்து கொஞ்சம் பசையை ஒரு காகிதத்தில் பரப்பிக் காயவைக்கச் சொன்னார். காய்ந்தபின் அதில் ஈரத்துணியை ஒற்றி எடுக்கச் சொன்னார். அந்தத் தாளை அப்படியே ஒட்ட முடிந்தது. இன்னும் கொஞ்சம் தீவிரமாக ஆராய்ந்து சரியான பசையைத் தேர்ந்தெடுத்து பசைத்தாள் சுருள்களை உற்பத்தி செய்தார். அதன் அடிப்படையில்தான் பசை தடவிய தபால்தலைகள். 'போஸ்ட் இட்' என்று சொல்லப்படும் பசைதடவிய குறிப்புத்தாள்கள் ஆகியவை உருவாயின.

கடிதங்களையும் ஆவணங்களையும் படியெடுப்பதற்காக மிமியோக்ராஃப் (Mimeograph) என்னும் கருவியை எடிசன் கண்டுபிடித்தார். சில ஆண்டுகளுக்கு முன்புவரைகூட அலுவலகங்களில் இந்த முறையைப் பயன்படுத்தியிருக்கிறோம். அதுதான் ஸ்டென்சில் தயாரித்து உருளையில் சுற்றி படி எடுக்கும் முறை. மெல்லிய தாளில் ஸ்டென்சில் கம்பி கொண்டு எழுதியோ தட்டச்சு செய்தோ ஸ்டென்சில் தயார் செய்து மைதடவிய உருளையில் சுற்றும்போது ஸ்டென்சிலின் துவாரங்கள் வழியே கசியும் மை, தாளில் அந்த எழுத்தையோ படத்தையோ பதிவு செய்யும். எடிசன் தயாரித்த ஒரு ஸ்டென்சிலில் 2,000 படிகள் எடுக்க முடியும்.

பச்சை குத்துவது என்பது ஒரு கலை. எடிசனின் காலத்திலும் பச்சை குத்திக்கொள்ளும் வழக்கம் இருந்தது. அதற்கான வழிமுறை அதிக வலி கொடுப்பதாக இருந்தது. அதற்கு ஏதாவது செய்ய முடியுமா என்று ஒருவர் கேட்டபோது மின்சாரத்தில் இயங்கும் (மின்கலங்கள் மூலம்) ஒரு கருவியைக் கண்டுபிடித்தார். அதனால் டாட்டூ எனப்படும் பச்சை குத்திக்கொள்ளுதல் பிரபலமானது. எடிசன் தனது கையில் ஐந்து புள்ளிகளை மட்டும் பச்சை குத்திக்கொண்டதாகச் சொல்கிறார்கள்.

மிட்டாய்களிலும் இனிப்புப் பண்டங்களிலும் சுற்றப்படும் மெழுகுத் தாளை (பட்டர் பேப்பர்) உருவாக்கியவரும் அவரே!

11

"உங்கள் பெயர் என்ன?" என்று கேட்டார் வரிவசூல் செய்பவர்.

பெயரைச் சொன்னால்தான் பதிவேட்டைப் பார்த்து அவர் எவ்வளவு வரிகட்ட வேண்டும் என்று சொல்ல முடியும்.

"என் பெயர்... என் பெயர்..." பெயரைச் சொல்லத்தெரியாமல் திணறினார் எடிசன்.

பெயரைச் சொல்லத்தெரியாத அவரைப் பைத்தியம் என்று நினைத்த எழுத்தர் "பெயர் சொல்லத் தெரியவில்லை. என்ன ஆளய்யா நீர். சரி, சரி, தள்ளிப் போங்கள். அடுத்தவர் பணம் கட்ட நேரமாகிறது" என்று விரட்டினார்.

எடிசன் தலையைச் சொறிந்தபடியே வெளியே வந்தார்.

வரிசையில் நின்றுகொண்டிருந்த ஒருவர் எடிசனைப் பார்த்து "எடிசன் எப்படி இருக்கிறீர்கள்?" என்று கேட்டார். அப்பொழுது தான் அவருக்குத் தன் பெயர் எடிசன் என்ற நினைவு வந்தது.

மீண்டும் வரிசையில் நின்றார். அன்றுதான் வரிப்பணம் கட்டக் கடைசி நாள். 12 மணிக்குள் கட்டத்தவறினால் அபராதம் கட்டவேண்டும். எடிசனுடைய முறை வருவதற்குள் 12 மணி முடிந்துவிட்டதால் 12.5 சதவிகிதம் அதிகம் சேர்த்துக் கட்ட நேர்ந்தது. ஞாபக மறதியால் வந்த இழப்பு இது.

1871-ம் ஆண்டு ஏப்ரல் மாதம் 9-ம் தேதி எடிசனின் தாய் நான்சி எடிசன் மறைந்தார். அம்மாவின் மரணம் அவரை வெகுவாகப் பாதித்தது. அந்தக் கவலையை மறக்க இன்னும் அதிகமாக உழைத்தார். அவர் திருமணம் செய்துகொண்டால் தனது

எடிசன்: கண்டுபிடிப்புகளின் கதாநாயகன் ● 73

கவலையை மறந்து உழைக்கமுடியும் என்று நண்பர்கள் சொன்னதால் அதே ஆண்டு கிறிஸ்துமஸ் தினத்தன்று மேரி ஸ்டில்வெல் என்பவரை மணந்தார். திருமணத்துக்கு முன் மேரி அவருடைய நிறுவனத்தில் பணிபுரிந்தவர். திருமணம் முடிந்த கையோடு எடிசன் ஆய்வுச் சாலைக்கு வந்துவிட்டார். அவருக்குத் திருமணம் நடந்துவிட்டது என்பதை நினைவுபடுத்தி அவரது சக ஊழியர்கள் அவரைப் பலவந்தமாக வீட்டுக்கு அனுப்பிவைத்தனர். அவருடைய பெரும்பொழுது ஆய்வுச் சாலையிலேயே கழிந்தது. உண்பதும் உறங்குவதும் அங்கே தான். எப்பொழுதாவது வீட்டுக்குச் செல்வார்.

1873-ம் ஆண்டு அவர்களுக்கு ஒரு மகள் பிறந்தாள். மரியன் என்று பெயரிட்டார்கள். தந்தி முறையில் அவர் அதிகமாக ஈடுபாடு கொண்டவராகையால் தனது மகளைச் செல்லமாக 'டாட்' என்று அழைத்தார். 1876-ம் ஆண்டு அவரது மகன் தாமஸ் ஆல்வா ஜூனியர் பிறந்தான். அவனைச் செல்லமாக 'டேஷ்' என்று அழைத்தார். போர்ட் ஹூரானில் இருந்த தந்தையை தன்னுடன் அழைத்து வைத்துக்கொண்டார்.

தந்தையின் மேற்பார்வையில் நியு ஜெர்சியில் உள்ள மென்லோ பார்க் என்ற இடத்தில் பத்து ஏக்கர் பரப்பளவில் பெரிய ஆய்வுச் சாலை ஒன்றைக் கட்டினார் எடிசன். அதை ஒட்டியே வீடு. அங்கே பணிசெய்தவர்கள் தங்குவதற்காக அருகே இருந்த திருமதி ஜோர்டான் என்பவருடைய வீட்டை ஏற்பாடு செய்தார். திருமதி ஜோர்டானும் அவரது பத்து வயதுச் சிறுமியும் அந்த உணவு மற்றும் தங்கும் விடுதியைத் திறம்பட நடத்தினர். மென்லோ பார்க்கில்தான் அவருடைய மிக முக்கியமான ஆய்வுகள் நடை பெற்றன.

1876-ம் ஆண்டு அலெக்ஸாண்டர் கிரஹாம் பெல் தொலை பேசியைக் கண்டுபிடிக்குமுன் வேறுபல விஞ்ஞானிகளும் அந்த முயற்சியில் ஈடுபட்டிருந்தனர். எடிசனும் அந்த முயற்சியில் ஈடுபட்டார். 1875-ம் ஆண்டு ஒலியைத் தொலைதூரத்துக்கு அனுப்பும் கருவியை உருவாக்கும் தனது எண்ணத்தைப் பதிவு அலுவலகத்துக்குத் தெரிவித்திருந்தார். அந்தக் கருவியையும் வெற்றிகரமாகச் செய்து முடித்தார். 1876-ம் ஆண்டு மார்ச் மாதம் 10-ம் தேதி பெல் தொலைபேசியைக் கண்டுபிடித்தார். எடிசனுடைய கருவியும் பெல்லுடைய கருவியும் கிட்டத்தட்ட ஒன்றுபோல் இருந்தன. எனவே அவரது நண்பர்கள் தொலை

பேசியை முதன்முதல் அவர்தான் கண்டுபிடித்ததாக வழக்குத் தொடுக்கச் சொன்னார்கள். ஏற்கெனவே ரீஸ், கிரே என்ற இருவர் பெல்லை எதிர்த்து வழக்குப் பதிவு செய்திருந்தனர். அவர் களுக்கும் முந்தைய கண்டுபிடிப்பு எடிசனுடையது.

ஆனால் எடிசன் சொன்னார்: ''எங்கள் இருவருடைய கருவிகளின் அமைப்பும் செயல்பாடும் ஒன்றுதான். என்னுடைய கருவியிலும் மனிதக் குரலை அனுப்ப முடியும். ஆனால் இந்தக் கருவியை நான் செய்ததன் நோக்கம் ஒலியைத் தொலைதூரம் அனுப்புவது தான். ஆனால் பெல் மனிதக்குரலை அனுப்பும் நோக்கிலே அந்தக் கருவியைக் கண்டுபிடித்தார். எனவே பெல்தான் தொலை பேசியைக் கண்டுபிடித்தார் என்பதை நான் ஒப்புக்கொள்கிறேன். ஆனால் அவர் சரியாகச் செய்யாத ஒன்றை நான் செய்யப் போகிறேன்.''

பெல் கண்டுபிடித்த கருவியில் பேசும் கருவியும் கேட்கும் கருவி யும் ஒன்றாக இருந்ததால் தொலைதூரத்துக்கு அது கேட்கவில்லை.

1876-ம் ஆண்டு வெஸ்டர்ன் யூனியன் தந்தி நிறுவனத்துக்காக எடிசன் பல பரிசோதனைகள் செய்தார். தொலைபேசித் தொடர்ப கங்களை நிறுவுவதற்காக வெஸ்டர்ன் யூனியன் தீவிரமாக முயற்சி செய்துகொண்டிருந்தது. பெல்லின் கருவியைப் பயன் படுத்தி நியூ யார்க்கிலிருந்து வாஷிங்டன்னுக்கும் பிலடெல்பியா வுக்கும் பேச முயற்சி செய்தார்கள். அந்த முயற்சி வெற்றிகரமாக அமையவில்லை. வேண்டாத ஒலிகள் (noise) அதிகம் கேட்டதால் பேச்சு ஒரு சொல் கூடத் தெளிவாகக் கேட்கவில்லை.

கேட்கும் கருவியையும் பேசும் கருவியையும் தனித்தனியாக் கினால் பிரச்னை தீரும் என்று எடிசன் சொன்னார். அப்படி யென்றால் பேசும் கருவியை நீங்கள் செய்து காட்டுங்களேன் என்றது வெஸ்டர்ன் யூனியன் நிறுவனம். பொதுவாக ஒரு கண்டுபிடிப்பு நிகழ்ந்த பின்தான் அதன் உரிமையை விலைக்கு வாங்குவார்கள். ஆனால் எடிசனின் திறமையை ஏற்கெனவே அறிந்திருந்ததால் கண்டுபிடிக்கும் முன்பே உரிமையை விலைக்கு வாங்க வெஸ்டர்ன் யூனியன் முன்வந்தது. அந்த நிறுவனத்தைச் சேர்ந்த ஆர்ட்டன் எடிசனைச் சந்தித்து, பேசும் கருவியைக் கண்டுபிடித்து உற்பத்திசெய்ய வேண்டிய உதவிகள் அனைத்தை யும் வெஸ்டர்ன் யூனியன் செய்யும் என்றும் அவருக்கு எவ்வளவு பணம் வேண்டும் என்றும் கேட்டார். எடிசன் ஆறுமாதங்

களுக்குள் அந்தக் கருவியைக் கண்டுபிடித்து உற்பத்தி நிலைக்குக் கொண்டுவந்துவிடலாம் என நம்பினார். எனவே எல்லாச் செலவினங்களையும் கணக்கிட்டு $25,000 கேட்கலாம் என்று எண்ணினார்.

ஆனால் எற்கனவே முன்னனுபவம் உள்ளவர் ஆதலால் ''நீங்கள் எவ்வளவு கொடுப்பீர்கள்'' என்று கேட்டார்?

$100,000 தருவதாக ஆர்ட்டன் சொன்னார்.

''ஒப்புக்கொள்கிறேன். ஆனால் எனக்கு வருடத்திற்கு $6,000 வீதம் 17 ஆண்டுகளுக்குக் கொடுங்கள்'' என்றார் எடிசன்.

''அது என்ன 17 ஆண்டுகள் கணக்கு?'' என்று கேட்டார் ஆர்ட்டன்.

''17 ஆண்டுகள் ஒரு பேடண்டின் காலம். அதனால்தான் அப்படிக் கேட்டேன்.''

''அது சரி, அதை ஏன் நீங்கள் மொத்தமாகவே வாங்கிக்கொள்ளக் கூடாது? உங்களுக்கும் ஆதாயமாக இருக்குமே?''

''நீங்கள் சொல்வது சரிதான். ஆனால் பணத்தை வங்கியில் வைத்திருக்க எனக்குப் பிடிக்காது. எல்லாப் பணத்தையும் இயந்திரங்கள் வாங்குவதில் செலவழித்துவிடுவேன். அந்தப் பயம்தான்.''

தன்மேல் வைத்த நம்பிக்கை பொய்த்துப் போய் விடக்கூடா தென்பதால் எடிசன் ஊண், உறக்கம் கருதாமல் பாடுபட்டார். மனைவியை மறந்தார். மூன்றே வயதான மழலைச் செல்வத்தை மறந்தார். பிறந்து ஒருசில மாதங்களே ஆன மகனை மறந்தார். மெய்வருத்தம் பாராமல் கண்துஞ்சாமல் எவ்வகை வருத்தமும் மேற்கொள்ளாமல் உழைத்தார். உழைப்பு அவரை ஆட்கொண்டு விட்டது. அவருடன் பணிபுரிந்தவர்களும் பம்பரமாகச் சுழன்றனர். அந்தச் சோதனைச் சாலைக்கும் ஒரு புது உற்சாகம் பிறந்தது. எத்தனை சோதனைகள்! எத்தனை உருவாக்கங்கள்!

குறிப்பிட்ட காலத்துக்கு முன்னதாகவே எடுத்த செயலை முடித் தார். கார்பன் ட்ரான்ஸ்மிட்டர் உருவாகியது. அதுமட்டும் கண்டு பிடிக்கப்பட்டு இருக்காவிட்டால் தொலைபேசியின் வளர்ச்சி இன்னும் பல்லாண்டுகளுக்குப் பின்தள்ளப்பட்டிருக்கும். அவர் கண்டுபிடித்த அந்தத் தொழில்நுட்பம்தான் இன்றளவும்

தொலைபேசிக் கருவிகளில் பயன்படுத்தப்படுகிறது. கார்பன் பொடியைப் பேசு கருவியிலுள்ள தகட்டுக்குப் பின்னால் வைத்தால், ஒலி அதிர்வால் அந்த ஜவ்வு (டயஃப்ரம்) அதிரும் போது கார்பன் பொடியில் ஒலிக்கேற்ப அசைவு மாறும். அதனால் மின்தடை மாறும். ஒலிக்கேற்ப மின் அலை கம்பியில் செல்லும். அந்த மின் அலைக்கு ஏற்ப, கேட்கும் கருவியிலுள்ள ஜவ்வு அதிரும். அந்த அதிர்வு ஒலியை எழுப்பும். அந்த ஒலிமாற்றம் பேசிய பேச்சை அப்படியே பிரதிபலிக்கும். இந்த முறையால் வெகு தொலைவுக்கும் பேசுவது சாத்தியமாயிற்று. இதன் வரவால் தொலைபேசித் தொடர்பகங்களை நிறுவி இணைப்பு கொடுப்பது எளிதாயிற்று.

தொலைபேசி இணைப்புகள் கொடுப்பதற்காக லண்டனில் எடிசன் டெலிபோன் கம்பெனியை நிறுவினார் எடிசன். அந்தக் கம்பெனியில்தான் பிற்காலத்தில் புகழ்பெற்ற எழுத்தாளர் ஜார்ஜ் பெர்னாட் ஷா பணி செய்தார். எடிசன் கண்டுபிடித்த கருவியைச் செயல்படுத்திக் காட்டுவதுதான் ஷாவின் வேலை. தனது பேச்சுச் சாதுரியத்தால் அந்த வேலையைத் திறம்படச் செய்தார் ஷா.

லண்டனில் தொலைபேசி இணைப்புக் கொடுப்பதில் ஒரு பிரச்னை எழுந்தது. பெல் நிறுவனம் வழக்குத் தொடுத்தது. அந்த வழக்கில் வெல்வது கடினம் என்று உணர்ந்த அவரது சக நிறுவனர் கௌராட், எடிசனுக்கு ஒரு தந்தி கொடுத்தார். தொலைபேசியின் கேட்கும் கருவியில் காந்தமே இல்லாமல் உடனே வேறு மாற்றுக்கருவி கண்டுபிடிப்பது அவசியம் என்று குறிப்பிட்டிருந்தார். பெல்லின் கேட்கும் கருவியில் காந்தம் பயன்பட்டிருந்தது. எனவே காந்தத்தை உபயோகிப்பது உரிமை மீறல் என்பதுதான் வழக்கு.

கௌராட் தனது தந்தியில், காந்தமில்லாத கருவியைக் கண்டு பிடிக்க இயலவில்லை என்றால் வழக்கு தோற்றுவிடும் என்றும் குறிப்பிட்டிருந்தார். கார்பன் ட்ரான்ஸ்மிட்டரைக் கண்டுபிடித்த பிறகு குடும்பத்தில் சற்றுக் கவனம் செலுத்தலாம் என்று இருந்த எடிசனுக்கு அது இயலாமல் போய்விட்டது. மீண்டும் உழைப்பு. இரவுபகல் பாராத உழைப்பு. இன்னொரு கண்டுபிடிப்பின் போது ஈரச் சாக்கட்டியில் மின்தகடு உரசும்போது மின்சாரம் மாற்றம் பெறுவதைச் சோதனைமூலம் அறிந்திருந்தார். அந்த முறையைப் பயன்படுத்திப் புதிய கருவியை உருவாக்கினார்.

இந்தக் கருவியைக் கேட்கும் கருவியாக உபயோகித்தால் பெல் நிறுவனம் தலையிட முடியாது. ஒரே கல்லில் இரண்டு மாங்காய் என்பதைப் போல இந்தக் கருவி காதுகேளாதவர்களுக்கு ஏற்ற வகையில் ஒலிபெருக்கியாகவும் அமைந்திருந்தது. எடிசன் முதலில் ஆறு கருவிகளை உருவாக்கி அனுப்பினார். அதற்கு நல்ல வரவேற்பிருந்தது. பிறகு தனது தொழிற்சாலையிலேயே ஒரு தொலைபேசித் தொடர்பகம் நிறுவி, பத்து தொலை பேசிகளை அதனுடன் இணைத்தார். அக்கருவிகளில் பயிற்சி கொடுத்து லண்டனுக்கு அனுப்புவதற்காக 65 பேர்களைத் தேர்ந் தெடுத்தார். லண்டனில் ஏற்கெனவே பெற்ற அனுபவத்தால் பயிற்சி பெற்றுச் செல்பவர் மிகத் திறமைசாலிகளாக இருந்தால் தான் சமாளிக்கமுடியும் என எடிசன் நினைத்தார். எனவே அவர்களுக்குக் கொடுக்கும் பயிற்சியை மிகக் கடுமையாக்கினார்.

தொலைபேசி இணைப்பில் ஏதாவது ஒரு கம்பியைத் துண்டித்து வைப்பார் அல்லது கேட்கும் கருவியில் தூசியைத் தூவி வைத்து விடுவார். ஈரச் சாக்கட்டிக்கு பதில் உலர்ந்த சாக்கட்டியை மாற்றி விடுவார். பயிற்சியாளர் அவர் செயற்கையாக உண்டாக்கி யிருக்கும் பழுதை ஐந்து நிமிடங்களில் கண்டுபிடித்துச் சீர் செய்ய வேண்டும். அவருக்குத் தொடர்ச்சியாகப் பத்து வாய்ப்புகள் கொடுக்கப்படும். பத்திலும் வெல்ல வேண்டும். ஒன்பது முறைகள் வென்று ஒருமுறை தோற்றாலும் மீண்டும் தொடர்ச்சி யாகப் பத்துமுறை முயற்சி செய்யவேண்டும். அப்படிக் கொடுத்த தீவிரப் பயிற்சியில் 25 பேர் மட்டுமே வென்றனர். அவர்களை, புதிதாக உற்பத்தி செய்த கருவிகளுடன் லண்டனுக்கு அனுப்பினார்.

அவர்கள் அங்குப் போய் மிகத்திறமையாகச் செயல்பட்டனர். எந்த எதிர்ப்பும் அவர்களைத் தளர்ச்சியடையச் செய்யவில்லை. இதைப்பற்றி அவர்களுடன் பணிபுரிந்த ஜார்ஜ் பெர்னாட் ஷா எழுதியுள்ளார்:

"அமெரிக்காவிலிருந்து அனுப்பப்பட்டவர்கள் பேசிய ஆங்கிலம் இங்குள்ள ஐரிஷ்காரர்களுக்குக்கூடப் புரியாது. ஆனால் அவர்கள் மிகவும் சுறுசுறுப்பானவர்கள்.

ஆங்கிலேயரைச் சோம்பேறிகள் என்று அவர்கள் கருதினர். அவர்களைப் பொறுத்தமட்டில் எடிசன்தான் உலகிலேயே சிறந்த அறிவாளி. எடிசனுக்கு நிகர் வேறு எவரும் இல்லை.''

12

"க்ரூசி, எனக்காக நீங்கள் ஒரு காரியம் செய்யவேண்டும்" என்றார் எடிசன்.

"சொல்லுங்கள், மிஸ்டர் எடிசன். என்ன செய்யவேண்டும்?"

"இந்தப் பொம்மையைப் பாருங்கள். இதோ இந்தக் குழாயில் 'Mary had a little lamb' என்று பாடுங்கள்."

பாடினார் க்ரூசி.

அவர் பாடும்போது அவர் பாடியதற்கேற்ப அந்தப் பொம்மையில் இருந்த ஒரு சிறு வாள் முன்னும் பின்னும் அசைந்து ஒரு மரக்கட்டையை அறுப்பதுபோலத் தேய்த்து இழுத்தது.

"நன்றாக இருக்கிறதே. இதைப்போலப் பொம்மைகள் செய்யப்போகிறீர்களா?"

"இல்லை. இது எனக்கு வேறொரு கருவிக்கு வழிகாட்டுகிறது. இதில் நாம் பேசுவதற்கேற்ப வாள் அசைகிறதல்லவா? அந்த இயக்கத்தையே ஒரு டின் தாளில் பதிவு செய்யுமாறு மாற்ற முடியுமானால் எவ்வளவு நன்றாயிருக்கும்? சரி சரி, இந்தப் படத்தைப் பாருங்கள்" என்றார் எடிசன்.

க்ரூசி அந்த வரைபடத்தை வாங்கிப் பார்த்தார். அதில் ஒரு மூலையில் $18 என்று எழுதப்பட்டிருந்தது.

எடிசன் வடிவமைத்துக்கொடுக்கும் ஒவ்வொரு வரைபடத்திலும் ஒரு தொகை குறிக்கப்பட்டிருக்கும். அதை அவர் யாரிடம் கொடுக்கிறாரோ அவர் அந்த வரைபடத்தில் உள்ள கருவியை அதில் கண்டபடியே தயாரித்துக்கொடுத்தால் அவருக்கு அந்தப்

எடிசன்: கண்டுபிடிப்புகளின் கதாநாயகன் • 79

பணம் கொடுக்கப்படும். இல்லையென்றால் அவர் வழக்கமாக வாங்கும் சம்பளம் மட்டும்தான்.

''18 டாலரா?'' என்று கேட்டார் க்ரூசி.

''ஆமாம். உங்களுக்குத்தான். விரைவில் இந்தக் கருவியைச் செய்துகொண்டு வாருங்கள்'' என்றார் எடிசன்.

''இது என்ன கருவி?''

''அதைப் பிறகு சொல்கிறேன். காலதாமதப்படுத்தாமல் செய்து கொண்டு வாருங்கள்'' என்று சொல்லிக்கொண்டே வேறு பணியைக் கவனிக்கச் சென்றுவிட்டார் எடிசன்.

எடிசனின் வரைபடங்கள் எப்பொழுதும் மிகத்தெளிவாக இருக்கும். அதன்படி கருவி செய்பவருக்கு எந்தவித ஐயமும் வர வாய்ப்பில்லை. அவர் செய்யச் சொன்ன கருவி ஒழுங்காக வடிவமைக்கப்பட்டால் எடிசனின் எண்ணப்படி அதில் பேசப் படும் பேச்சு பதிவாகும். அதை வேறொரு கருவியில் கொடுத்து இயக்கினால் பேசிய பேச்சைக் கேட்கமுடியும். எடிசன் வரைபடைத்தைக் கொடுத்துவிட்டாரே தவிர அது எதிர்பார்த்த படி பேசும் என்ற நம்பிக்கை அவ்வளவாக இல்லை. ஓரிரு வார்த்தைகள் மட்டும் கேட்கலாம் என நினைத்தார்.

க்ரூசி அதை வடிவமைத்துக் கொணர்ந்தார். உருளையில் சுற்றப் பட்டிருந்த டின் தாள் சரியாகப் பொறுத்தப்பட்டிருக்கிறதா என்று பார்த்தார் எடிசன்.

க்ரூசியால் ஆவலை அடக்க முடியவில்லை. ''மிஸ்டர் எடிசன், இது என்ன கருவி என்று சொல்லுங்களேன்'' என்று கேட்டார்.

''இது நாம் பேசுவதை அப்படியே திருப்பிச் சொல்கிற பேசும் கருவி'' என்றார் எடிசன்.

''விளையாடுகிறீர்களா? இது என்ன மாயாஜாலமா?''

''இயற்கையில் எதுவும் மாயாஜாலம் இல்லை. கேட்கும் என்று நினைக்கிறேன்.''

பக்கத்தில் நின்றுகொண்டிருந்த அந்த வடிவமைப்புத் துறையின் பொறுப்பாளர் சொன்னார், ''மிஸ்டர் எடிசன், நீங்கள் சொல்வது

போல நாம் பேசுவதை இதில் பதிவு செய்து கேட்க முடியும் என்றால் உங்களுக்கு ஒரு பெட்டி ஹவானா சுருட்டு இலவசமாக வாங்கித் தருகிறேன்.''

எடிசன் சிரித்தார். பிறகு அந்தக் கருவியின் வாய்ப்பகுதியில் எடிசன் 'Mary had a little lamb, little lamb, little lamb' என்று பாடினார். மெல்லிய ஆணி போன்ற ஒரு சிறிய கம்பி இயங்கி உருளையில் சுற்றப்பட்டிருந்த டின் தாளில் கோடுகளைப் பதிவு செய்தது. பள்ளமும் மேடுமாகக் கோடுகள் பதிவுசெய்யப்பட்டிருந்தன. எடிசன் அதை வேறொரு கருவியில் பொருத்தி இயக்கினார். அதில் பள்ளங்களின் வழியாகச் சிறிய மழுங்கிய கூர்மை கொண்ட ஒரு கம்பி இயங்கியது.

என்ன ஆச்சரியம்! எடிசன் பாடிய அதே குரலில் 'Mary had a little lamb' ஒலித்தது.

அந்தப் பாடல்தான் உலகிலேயே முதன்முதலில் பதிவுசெய்யப் பட்ட பாடல்.

எடிசன் அந்தக்கருவியின் ஒரு கம்பியைப் பல்லால் கடித்து ஒலியை உணர்ந்தார். அவரது மகிழ்ச்சிக்கு எல்லையே இல்லை. ஒரே முயற்சியில் எதிர்பார்த்ததைவிட அதிக வெற்றி கிடைத்தது அதுவே முதல்தடவை. ''முதல் முறையே கிடைத்த வெற்றி என்னை அஞ்சவைக்கிறது'' என்றார் எடிசன்.

''அன்றுபோல் இன்ப அதிர்ச்சியை நான் என்றுமே அடைந்த தில்லை'' என்று தனது குறிப்பில் பதிவு செய்தார் எடிசன்.

பாடலைக் கேட்ட க்ரூசி தன்னை மறந்தார். என்ன சொல்கிறோம் என்பதுகூடத் தெரியாமல் 'Mein gott im himmel' என்று ஜெர்மன் மொழியில் கத்தினார். (''பரமண்டலத்தில் இருக்கும் பரம பிதாவே'' என்று பொருள்.)

அன்று க்ரூசிக்கு வரவு $18.

எடிசனுக்கு வரவு ஒரு ஹவானா சுருட்டுப் பெட்டி.

முதன்முதல் 'மேரி ஹேட் எ லிட்டில் லேம்ப்' பாடிய அந்தக் கருவி லண்டனில் உள்ள தெற்கு கென்ஸிங்டன் காட்சிச் சாலையில் இன்றும் பத்திரமாக வைக்கப்பட்டுள்ளது.

அன்று இரவு முழுவதும் க்ரூசியும் எடிசனும் தூங்கவில்லை. அந்தக் கருவியை மேலும் சீர்ப்படுத்துவதில் ஈடுபட்டனர். சிறுசிறு மாற்றங்களைச் செய்து மீண்டும் மீண்டும் பேசிக் கேட்டனர். மற்றவர்களையும் பேசச் சொல்லிப் பதிவுசெய்தனர். தனது குரலை அப்படியே அந்தக் கருவி திருப்பிச் சொல்வதைக் கேட்டு ஒவ்வொருவரும் ஆனந்தத்தில் துள்ளினர்.

சோதனைச் சாலையில் இருந்த மனிதர்களுக்கு மட்டுமல்ல, அந்தக் கருவிக்கும்கூட மகிழ்ச்சியில் போதை ஏறியிருக்க வேண்டும். திரும்பத்திரும்பப் பேசிக்கொண்டே இருந்தது.

அந்தக் கருவியில் டின் தாளைப் பொருத்துவதிலும் பதிவு செய்ததைத் திருப்பிச் சொல்லும் கருவியின் கைப்பிடியை ஒரே சீராக இயக்குவதிலும் சிறிது சிக்கல் இருந்தது. அதைத் திரும்பத் திரும்பச் சீர்செய்து பயிற்சி பெற்றுச் சரியாக இயக்கக் கற்றுக் கொண்டார் எடிசன்.

மறுநாள் காலையில் இயற்கைக்கும் ஒரு புது உற்சாகம் வந்ததைப் போல், பறவைகள் மிக இனிமையாகப் பாடின. காற்று சற்று அதிகச் சத்தத்தோடு வீசியது. மழைகூட 'சோ' என்று பெய்தது. சோதனைச் சாலையின் கதவுகளைத் திறந்து மூடும்போது சற்று அதிகமாகக் கிறீச்சிட்டன. அவையெல்லாம் தமது குரலை எடிசன் பதிவுசெய்யாமாட்டாரா என ஏங்கினவோ என்னவோ?

7-12-1877 அன்று நியூ ஜெர்ஸி மென்லோ பார்க்கிலிருந்து அந்தக் கருவியை நியூ யார்க்கில் இருந்த 'சயன்டிபிக் அமெரிக்கன்' என்ற பத்திரிகை அலுவலகத்தில், பத்திரிகை ஆசிரியர் மிஸ்டர் பீச் அறைக்குக் கொண்டு சென்றார். அவரிடம், தான் ஒரு புதுக்கருவி வடிவமைத்திருப்பதாகவும் அதை அவருக்குச் செயல்படுத்திக் காட்ட விரும்புவதாகவும் சொன்னார்.

''அது என்ன கருவி?'' என்று கேட்டார் பீச்.

''மனிதன் பேசுவதைப் பதிவு செய்து மீண்டும் அதைப்போலப் பேசும் கருவி'' என்று சொல்லிக்கொண்டே பெட்டியிலிருந்து அந்தக் கருவியை எடுத்து பீச்சின் அறையில் பொருத்தினார் எடிசன்.

பிறகு 'மேரி ஹேட் எ லிட்டில் லேம்ப்' பாடலைப் பாடினார். திருப்பிப் பேசும் கருவியில் அந்தத் தாளைப் பொருத்திக்

கைப்பிடியைச் சுழற்றியபோது அந்தக் கருவி 'மேரி ஹேட் எ லிட்டில் லேம்ப்' என்று பாடியது.

உட்கார்ந்திருந்த பீச் எழுந்து நின்றார்.

"எடிசன், இது உண்மையிலேயே பேசுகிறதா" என்று கேட்டார் பீச். அந்தக் கருவியும் எதிரொலி போல "எடிசன், இது உண்மையிலேயே பேசுகிறதா" என்று கேட்டது.

பத்திரிகை அலுவலகத்திலிருந்து அனைவரும் அந்த அறைக்கு வந்து அந்த அதிசயத்தைப் பார்த்தனர். பக்கத்து அறைகளுக்கும் அலுவலகங்களுக்கும் அந்தச் செய்தி பரவி கூட்டம் அலை மோதியது.

"எடிசன் இதற்குமேல் இந்தக் கருவியை இங்கு வைத்துக் கொண்டிருந்தால் பாரம் தாங்காமல் என் அறை இடிந்து விழுந்து விடும். இதைக் கட்டிவைத்துவிடுங்கள்" என்றார் பீச்.

மறுநாள் பத்திரிகைகளில் இந்தச் செய்தி கொட்டை எழுத்துகளில் வெளியிடப்பட்டிருந்தது.

ஆனால் எழுதிய எவரும் அது என்ன கருவி, எப்படி வேலை செய்கிறது என்பதைச் சிறிதும் புரிந்துகொள்ளவில்லை. எடிசன் எவ்வளவுதான் விவரித்தாலும் அவர்கள் அறிந்துகொண்டதாகத் தெரியவில்லை.

அவர்களுக்கு அது மாயாஜாலம், மந்திர ஜாலம். அது அவருக்கு "மென்லோ பார்க்கின் மந்திரவாதி" என்ற பட்டத்தைப் பெற்றுத் தந்தது.

பத்திரிகையில் செய்தியைப் படித்தவர்கள் மென்லோ பார்க் ஆய்வுக் கூடத்தை முற்றுகை இட்டனர். எடிசன், அவர்களுக்காகவே இன்னும் சில கருவிகளைச் செய்து இயக்கிக் காட்டுவதற்கு ஆள்களையும் நியமித்து வைத்தார். பென்சில்வேனியா ரயில்வே, மென்லோ பார்க்குக்குத் தனி ரயில்கள் விட்டது.

வாஷிங்டனிலிருந்து உடனே புறப்பட்டுவரும்படி தந்தி வந்தது. ஃபோனோகிராஃப் என்று எடிசன் அந்தக் கருவிக்குப் பெயர் கொடுத்தார். எடிசன் அக்கருவிகள் சிலவற்றை எடுத்துக் கொண்டு வாஷிங்டனுக்கு விரைந்தார். அதை செனட் உறுப்பினர்களுக்கும் சில பெரிய மனிதர்களுக்கும் இயக்கிக்

எடிசன்: கண்டுபிடிப்புகளின் கதாநாயகன் ● 83

காட்டினார். 'மேரி ஹேட் எ லிட்டில் லேம்ப்' பாட்டுக்குப் பதிலாக வேறொரு பாடலைச் சொல்லலாம் என்று எண்ணி, இன்னொரு குழந்தைப்பாடலைத் தேர்ந்தெடுத்தார்.

''ஒரே ஒரு சிறுமியாம்
சிறுமி நெற்றியில் சுருட்டையாம்
அவள் நன்றாய் இருக்கையில்
மிகவும் நன்றாய் இருந்தாளாம்
அவள் மோசம் ஆகையில்
மிகவும் மோசம் ஆனாளாம்.''

(There was a little girl who had a littile curl right in
the middle of her forehead
And when she was good she was very very good
And when she was bad she was very very bad)

என்ற பாடலைப் பாடினார். வாஷிங்டனில் ரோஸ்கோ கோங்க் லிங்க் (Roscoe Conkling) என்ற செனட்டர் ஒருவர் இருந்தார். அவருடைய நெற்றியில் எப்பொழுதும் சுருட்டைமுடி தொங்கிக் கொண்டிருக்கும். அவரை கார்ட்டூனில் வரைபவர்கள் அந்தச் சுருட்டை முடியைப் பிரதானமாக வரைந்து அவரை அடை யாளம் காட்டிவிடுவர். அவரது அந்தச் சுருட்டையைக் கேலி செய்தால் அவருக்குக் கோபம் வரும். அவரை எடிசன் அதற்கு முன் பார்த்ததில்லை. ஆனால் அவரைப் பற்றிப் படித்திருக்கிறார். அவர் ஃபோனோகிராஃபைப் பார்க்க வந்தார். ஒருவர் அவரை எடிசனுக்கு அறிமுகப்படுத்தியபோது காது கேளாததால் அவர் பெயரைச் சரியாக உள்வாங்கவில்லை. எனவே அவருக்கு அக்கருவியைச் செயலாக்கிக் காட்டும் போது 'There was a little girl who had a little curl right in front of her forehead' என்று பாடினார். ரோஸ்கோ, தன்னை எடிசன் அவமானப் படுத்திவிட்டார் என்று சினந்து விருட்டென்று வெளியில் போய்விட்டார். அவர் சினந்தார் என்ற செய்தியே எடிசனுக்குப் பின்னால்தான் தெரிந்தது.

இரவு 11.00 மணிக்கு ஜனாதிபதியின் மாளிகைக்கு வரும்படி அழைப்பு வந்தது. எடிசன் சரியாக 11.00 மணிக்கு வெள்ளை மாளிகைக்குச் சென்றார். அவரை வரவேற்கும் வகையில் பிரபல பியானோ பாடகர் கார்ல் சுர்ஸ் பியானோ வாசித்துக் கொண்டிருந்தார்.

இரவு 12.00 மணிக்கு ஜனாதிபதியும் அவரது குடும்பத்தினரும் வந்தனர். காலை 3.30 மணிவரை அந்தக் கருவி செயல்படுத்திக் காட்டப்பட்டது. ஜனாதிபதியும் பேசினார். அவருக்கு வியப்புக்கு மேல் வியப்பு. அமெரிக்க ஜனதிபதி ஒருவர் ஒலிப்பதிவுக் கருவியில் பேசியது அதுதான் முதல்தடவை. அந்தப் பதிவைப் பாதுகாத்து வைத்திருக்கிறார்களா என்று தெரியவில்லை.

நெடுநாள்வரை ஃபோனோகிராஃப் மாயாஜாலச் சூழ்ச்சி என்றும் கண்கட்டு வித்தை என்றும் பலர் நினைத்தனர். ஒருநாள் மென்லோ பார்க் சோதனைச் சாலைக்கு வின்செண்ட் பால் என்ற பிஷப் வந்தார். அந்தக் கருவியைப் பார்த்தார்.

''நான் இதில் பேசிப்பார்க்கலாமா?'' என்று கேட்டார்.

''பேசுங்களேன்'' என்றார் எடிசன்.

மிக வேகமாகப் பைபிளில் வரும் சில பெயர்களைக் கூறினார் பிஷப். ''மஹாலாலீல், மதுசாலே, அர்பாக்ஸ்டு, ஹசார்மேவேத், ஜெடார்லாமோனெர்...'' அந்தக் கருவி அப்பெயர்களை அவரின் குரலில் அதேவேகத்தில் கூறியது. பிஷப் எடிசனின் கையைப் பிடித்துக்கொண்டு ''எடிசன், நான் சந்தேகப்பட்டது தவறு. பைபிள் பெயர்களை நான் கூறிய வேகத்தில் பேச இந்த அமெரிக்காவில் எவரும் இல்லை. எனவே உங்கள் கருவி உண்மையானதுதான் என்பதை நம்புகிறேன்'' என்றார் வின்செண்ட் பால்.

ஃபோனோகிராஃப் கண்டுபிடிக்கப்பட்ட செய்தி உலகமெங்கும் பரவியது. சில மஞ்சள் பத்திரிகைகள் எடிசன் புராணம் என்ற தலைப்பில் பல பொய்ச் செய்திகளை வெளியிட்டன. எடிசனை ஒரு பெரிய ஹோட்டலில் அடைத்து வைத்திருப்பதாகவும் அவர் தனது அன்றாடப் பணிகளைச் செய்வதைக்கூடக் கண்கொத்திப் பாம்பாக ஆள்கள் கவனித்து வருவதாகவும் பாரிஸ் பைகாரோ என்ற பத்திரிகை எழுதியது.

''எடிசன் ஏரோஃபோன் என்ற பெயரில் ஒரு கருவியை உருவாக்கியிருக்கிறார். அது ஒரு நீராவிக் கருவி. அதில் நீராவி மூட்டத்தில் பேசும் பேச்சை புகைமூட்டத்துக்குப் பின்னே எற்கெனவே நிறுத்தி வைக்கப்பட்டிருக்கும் ஒருவர் திருப்பிச் சொல்கிறார். இதைப்போய் விந்தை என்று எழுதுகிறார்கள்'' என்றும் அந்தப் பத்திரிகை எழுதியது.

இத்தகைய செய்திகளைப் பொய்யாக்குவதற்காக எடிசன் பல இடங்களில் கண்காட்சிகளை நடத்தினார். தி எடிசன் ஸ்பீக்கிங் ஃபோனோகிராஃப் கம்பெனி என்ற நிறுவனம் நிறுவப்பட்டது. அது எடிசனுக்கு $10,000 பணமும், லாபத்தில் 20% பங்கும் கொடுத்தது. பாஸ்டனில் விற்கப்பட்ட கருவிகளிலிருந்து வாரத்துக்கு $1,800 பணம் எடிசனுக்குக் கிடைத்தது.

சில மாதங்கள் கழித்து அந்த நிறுவனம் கலைக்கப்பட்டது.

பொதுமக்களும் வாங்கக்கூடிய அளவுக்கு மலிவாகவும் கனம் குறைந்ததாகவும் ஃபோனோகிராஃப் கருவியை உருவாக்க எடிசன் விரும்பினார். அப்பொழுது செய்யப்பட்ட கருவிகள் $100-க்கு மேல் விலையுள்ளதாகவும் கனம் மிக்கதாகவும் இருந்தன. மேலும் இந்தக் கருவியைக் கையாள நிறையத் திறமை வேண்டியிருந்தது. எனவே மக்களிடம் இந்தக் கருவிக்கு அதிக வரவேற்பில்லை. மிகவும் முயற்சி செய்து கனம் குறைந்த, விலை குறைந்த கருவியை உருவாக்கினார் எடிசன். அதை விற்பதற்காக பல வியாபாரத் தந்திரங்களைக் கையாண்டார். கவர்ச்சிகரமான படங்களுடன் விளம்பரங்கள் கொடுக்கப் பட்டன. ரெடாஃப்த் என்ற மிகப் பிரபலமான பத்திரிகையாளரின் உதவியோடு தேசத்தின் பல பாகங்களிலும் காட்சிகள் நடத்தப் பட்டன. ஃபோனோகிராஃபின் விற்பனை அதிகமாகியது.

1878-ம் ஆண்டு 'நார்த் அமெரிக்கன் ரெவ்யூ' என்ற பத்திரிகையில் அவரைப் பேட்டி கண்டார்கள். அதில் வருங்காலத்தில் ஃபோனோகிராஃப் கருவி எதற்கெல்லாம் பயன்படுத்தப்படும் என ஒரு பட்டியல் கொடுத்தார் எடிசன்.

1 சுருக்கெழுத்தாளரின் அவசியமில்லாமல் கடிதங்களும் செய்திகளும் பதிவு செய்யப்படும்.

2 பார்வையற்றவர்கள் படிப்பதற்காகக் குரல்வழி போதிக்கும் புத்தகங்கள் உருவாகும்.

3 சொற்பொழிவுக்கலை கற்றுக்கொடுக்கப் பயன்படும்.

4 இசைப்பாடல்கள் பதிவு செய்யப்பட்டு அங்கங்கே பாடப் படும்.

5 குடும்பத்தினரின் குரல்கள், அவர்களது நினைவுகள், சிந்தனைகள் பதிவு செய்யப்படும்.

6 பாடும் இசைக்கருவிகளும் பேசும் பொம்மைகளும் தயாரிக்கப்படும்.

7 சாப்பிடும் நேரம், பணிவிடும் நேரம் ஆகியவற்றை பேசும் கடிகாரங்கள் அறிவிக்கும்.

8 எப்படிச் சொற்களை உச்சரிப்பது என்ற மொழிப்பயிற்சி அளிக்கப்படும்.

9 புகழ்பெற்ற ஆசிரியர்களின் சொற்பொழிவுகள் பதிவு செய்யப்படும். கல்விக்கு உதவும். உருப்போடப் பயன் படும்.

10 இறக்கும் தறுவாயில் இருப்பவரின் குரல் பதிவு செய்து பாதுகாக்கப்படும்.

11 தொலைபேசியுடன் இணைக்கப்பட்டு அதற்குத் துணைக் கருவியாகச் செயல்படும்.

அவர் எதிர்பார்த்தவையெல்லாம் இன்று நனவாகியிருக்கின்றன.

26-10-1878 அன்று அவருக்கு மகன் பிறந்தான். அவனுக்கு வில்லியம் லெஸ்லி என்று பெயர் சூட்டினார். குழந்தை பிறந்த சில மாதங்கள் கழித்து அவருடைய மனைவியின் உடல்நிலை பாதிக்கப்பட்டது. மூளையில் கட்டி இருக்கலாம் எனறு மருத்துவர்கள் சந்தேகித்தனர்.

16 வயதில் தன்னைத் திருமணம் செய்த அந்தப் பெண்ணை தாம் சரியாகக் கவனித்துக் கொள்ளவில்லையோ என்ற உறுத்தல் அவரது மனத்தில் இருந்தது. எனவே ஃபோனோகிராஃப் ஆராய்ச்சியைச் சற்று ஒத்திப்போட்டுவிட்டு வேறு சிறிய கண்டு பிடிப்புகளில் ஈடுபடலாம் என நினைத்தார் எடிசன்.

13

"க்ரூசி, நமது அடுத்த திட்டம் மின்விளக்கைக் கண்டுபிடிப்பது தான்" என்றார் எடிசன்.

"மிஸ்டர் எடிசன், அதுதான் ஏற்கெனவே கண்டுபிடித்திருக்கிறார்களே" என்றார் க்ரூசி.

"நான் சொல்வது ஆர்க் விளக்கல்ல. மின்சாரத்தால் உஷ்ண மடைந்து ஒளிவிடும் இழைவிளக்கு. அதாவது இன்கேண்டசன்ட் விளக்கு."

"அதையும் சிலர் முயற்சி செய்து பார்த்திருக்கிறார்களே!"

"உண்மைதான். ஆனால் ஒரு சில வினாடிகளுக்குமேல் எரிய வைக்க முடியவில்லை. நான் புதிய முறை ஒன்றைச் சிந்தித்து வைத்திருக்கிறேன்."

"என்ன அது?"

"மின்சாரத்தை அளவு பிரிக்க முடியாது என்று சொல்கிறார்களல்லவா? பிரித்துக்காட்டுவேன்."

"இங்கிலாந்தில் ஒரு கணித நிபுணர் ஏதோ கணக்கு போட்டு அது சாத்தியமில்லை என்று சொல்லியிருக்கிறாரே!"

"க்ரூசி, சின்ன வயசிலிருந்தே எனக்கு ஒரு பழக்கம். யார் எதைச் சொன்னாலும் அப்படியே ஏற்றுக்கொள்ள மாட்டேன். படிக்கிற கருத்துகளைக்கூடச் சோதித்தே ஏற்பேன். அதனால் இதையும் முடியுமா முடியாதா என்று சோதித்துப் பார்த்துவிடுகிறேன். உலோக இழைகளை வைத்துச் சோதித்திருக்கிறேன். இப்பொழுது கார்பன் இழைகளைப் பயன்படுத்திப் பார்க்கப் போகிறேன்."

"கார்பனா, எரிந்து போகுமே!"

"எரிய வேண்டும் என்பதுதானே என் நோக்கம். ஆனால் எரிந்து கொண்டே இருக்கவேண்டும்."

"எப்படி?"

"அதைத்தானே சோதித்துப் பார்க்கவேண்டும்! கரியினால் எவ்வளவு மெல்லிய இழை செய்ய முடியுமோ அவ்வளவு மெல்லியதாக இழை செய்யவேண்டும். அதை ஒரு கண்ணாடிக் குடுவைக்குள் வைத்து, அதிலிருந்து காற்றை வெளியேற்றி, குடுவையை அடைத்து, கார்பன் இழைக்கு மின்சாரம் ஊட்ட வேண்டும்" என்றார் எடிசன்.

"மிகவும் கடினம்."

"தெரியும். முதலில் கரியூட்டப்பட்ட தாளை வைத்துச் சோதனை செய்வோம். அதையும் வெற்றிடத்தில் இல்லாமல் வெளியில் வைத்துச் சோதிப்போம். முதலில் அதற்கு ஏற்பாடு செய்யுங்கள்" என்றார் எடிசன். மேலும் தொடர்ந்து, "இப்பொழுது எரி வாயுவைப் பயன்படுத்தித் தெருவிளக்கெல்லாம் எரிக்கிறார்களல்லவா? வாயு எரியூட்டல் பற்றி எழுதப்பட்டிருக்கும் புத்தகங்கள் எனக்குத் தேவை. வாங்குவதற்கு ஏற்பாடு செய்யுங்கள்" என்றார்.

"அவை எதற்கு? அதிலும் ஏதாவது புது ஆய்வா?"

"இல்லை, இல்லை. நாம் ஒரு புது முறையை உருவாக்கினால் அது எப்படிப் பழைய முறையைவிடச் சிறந்தது என்பதைக் காட்டவேண்டும். அதற்குப் பழைய முறையைப் பற்றிய முழு விவரமும் அறிந்திருக்கவேண்டும். அதனால்தான் கேட்கிறேன்" என்றார் எடிசன்.

எரிவாயு விளக்கு முறை பற்றி எல்லாப் புத்தகங்களையும் படித்தார். அவை பயன்படுத்தப்படும் இடங்களையும் பார்வையிட்டார் எடிசன்.

பென்சில்வேனியா பல்கலைக் கழகப் பேராசிரியர் பார்க்கர், கொலம்பியா கல்லூரி ரசாயனப் பேராசிரியர் டாக்டர் ஜேண்ட்லர் ஆகியோருடன் கனெக்டிகட்டில் உள்ள அன்சோனியாவில் பித்தளை ஆலை வைத்திருந்த வாலஸைப் பார்க்கச் சென்றார்.

எடிசன்: கண்டுபிடிப்புகளின் கதாநாயகன் • 89

வாலஸ், ஆர்க் விளக்கு உற்பத்தி செய்துவந்தார். அவரைப் பார்க்கப் போகும் வழியில் பேராசிரியர் பார்க்கர் எடிசனிடம், "எடிசன், நீங்கள் மின்சாரத்தைச் சிறுசிறு யூனிட்டுகளாகப் பகுக்கமுடியுமா என்று பாருங்களேன்!" என்றார். ஃபோனோ கிராஃப் அவரது நேரத்தை அதிகமாக ஆக்கிரமித்துக் கொண்டிருந்ததால் எடிசன் அடிமனத்தில் அப்படி ஓர் எண்ணம் இருந்தும் அதைச் செயலாக்காமல் இருந்தார். அந்த எண்ணத்தை பார்க்கர் மேலே கொண்டுவந்துவிட்டார்.

மூவரும் வாலஸைப் பார்த்தனர். மிக ஆர்வத்தோடு அவர் செய்து வரும் ஆர்க்லைட் கருவிகளைக் காட்டினார். எடிசன் சில ஆர்க்லைட்டுகளையும் ஒரு டைனமோவையும் விலைக்கு வாங்கினார். அங்கிருந்து செல்லுமுன் வாலஸிடம், "மின் விளக்குகளைக் கண்டுபிடிப்பதில் நான் உங்களை முந்தி விடுவேன் என்று நம்புகிறேன். நீங்கள் சரியான வழியில் செல்ல வில்லையோ என்று தோன்றுகிறது" என்றார் எடிசன்.

இப்படிச் சொன்னாலும் வாலஸின் மேல் எடிசன் பெருமதிப்பு வைத்திருந்தார். "அமெரிக்காவின் மின் ஆய்வின் முன்னோடி களில் ஒருவர் வாலஸ். அவர் ஆக்கபூர்வமான ஆய்வுகள் பல செய்திருக்கிறார். அவற்றால் மற்றவர்கள்தாம் பெயர் பெற்றனர். மின்விளக்கு கண்டுபிடிப்பின் ஆரம்ப காலத்தில் அவர் செய்த ஆய்வுகளால் மற்றவர்களே பயன் அடைந்தனர். அவர் ஒதுக்கித் தள்ளப் பட்டுவிட்டார்" என வாலஸைப்பற்றி எடிசன் எழுதி யிருக்கிறார்.

14-10-1878 அன்று எடிசன் 'மின்விளக்கில் புதிய முன்னேற்றம்' என்ற பெயரில் ஓர் ஆய்வைப் பதிவு செய்தார்.

கரித்தாள், தார்பூசிய தாள், கரியேற்றப்பட்ட மர ஊசி, மாக்கரி போன்றவையும் ஆய்வு செய்யப்பட்டன. குடுவைக்குள் வெற்றிடம் உண்டாக்குவதுதான் பெரிய பிரச்னையாக இருந்தது. கண்ணாடியை ஊதி பல்ப் தயாரிக்க ஒரு தொழிற்சாலையைத் தனியாக வைத்திருந்தார். காற்று பம்ப் வைத்து முழு வெற்றிடம் உருவாக்க இயலவில்லை.

வெற்றிடம், மிக மெல்லிய ஒளிவிடும் இழை, அதிகத் தடை, இணையாக இணைப்பு இவை யாவும் சரியாக அமைந்தால் தான் வெற்றி பெற்றுவிடுவோம் என்று நம்பினார் எடிசன்.

இணை இணைப்பு (parallel connection) செய்வதால் ஒரு மின் விளக்கு அணைந்தாலும் இன்னொன்று எரிந்துகொண்டிருக்கும். மின்சாரத்தைச் சுமந்துவரும் கம்பியின் தடை ஒளிவிடும் இழையின் தடையைவிடக் குறைவாக இருக்கவேண்டும். அப்பொழுதுதான் சுமக்கும் கம்பிகள் சூடாகாமல் மின்சாரத்தை அதிகம் இழக்காமல் செயல்படும்.

அவருக்கு முன்னால் சோதனை செய்தவர்கள் இக்கருத்தைச் சிந்திக்கவில்லை. குறைந்தபட்சம் 110 வோல்ட் இருந்தால்தான் எல்லோருக்கும் பயன்படும் வகையில் மின்விளக்கைத் தயார் செய்ய முடியும் என எடிசன் முடிவுசெய்தார். எனவே பயன்படுத்தும் மின்னிழை அதிகத் தடை தரும் அளவுக்கு மெல்லியதாக அமையவேண்டும். எடிசனின் இந்தக் கருத்தை அறிந்த டிண்டால் என்ற அறிஞர் எடிசனால் மட்டுமே மின்சாரத்தைப் பகுத்து மின்விளக்கைச் சுடர்விடச்செய்ய முடியும் என்றார்.

எடிசன், கார்பனுக்குப் பதிலாக பிளாட்டினம், இரிடியம் போன்ற பொருள்களையும் பயன்படுத்திப் பார்த்தார். அவை விரைவில் எரிந்து கருகின. எனவே தனது ஆய்வை மீண்டும் கார்பன் பக்கம் திருப்பினார் எடிசன். பல்புக்குள் முழு வெற்றிடத்தைக் கொணரும் முயற்சி அவரைத் தூங்கவிடாமல் அடித்தது.

முதலில் கண்ணாடி பல்பைத் தயாரிப்பதில் வெற்றிகண்டார். பிறகு அதை முழுவதும் அடைக்கும் முயற்சியில் வென்றார். வெளியிலுள்ள காற்றழுத்தத்தில் பத்து லட்சத்தில் ஒரு பகுதி அழுத்தம் வரை குறைத்து வெற்றிடத்தை உருவாக்குவதில் வென்றார். குறைந்த பருமன், நிறைந்த வலிமை கொண்ட கார்பன் இழையை உருவாக்குவது மட்டும்தான் பாக்கி.

அதற்குமுன் மின்னிழையை கம்பியில் பொருத்தும் ரசாயனப் பொருளைத் தேர்ந்தெடுக்க முனைந்தார். அதற்காக சில ரசாயனப் பொருள்களைச் சேகரித்து வைத்திருந்தார். புரோமைன், அமோனியா இரண்டையும் கலந்தார். அது நைட்ரஜன் புரோமைட் என்பது அவருக்குத் தெரியாது. அதை மூன்று வடிகட்டிகளில் போட்டுக் கழுவினார்.

நீரெல்லாம் வடிந்தபிறகு மூன்று வடிகட்டிகளையும் திறந்து சூடான நீராவித் தட்டில் உலர்வதற்கு வைத்தார். அவரும் அவரது உதவியாளர் சாட்லரும் பக்கத்தில் வேலை செய்து கொண்டிருந்த போது பயங்கர வெடிச் சத்தம் கேட்டது. கண்ணைப் பறிக்கும்

ஒளி பரவி அணைந்தது. ஏன், எப்படி என்று எடிசனுக்குப் புரிய வில்லை. எல்லாப் பொருள்களையும் எடுத்து நீர்த்தொட்டிக்குள் எறிந்தார். கலவையைச் சிறிது எடுத்துச் சோதித்தார். அது பயங் கரமான வெடிமருந்து என்பது தெரிந்தது. ஒரே ஒரு சிறு துளி வடிகட்டியின் ஓரத்தில் படிந்து சூடானதற்கே அந்த வெடிப்பு. முழுக்கலவையும் சூடாகி வெடித்திருந்தால் சோதனைக்கூடம் முழுவதும் அழிந்திருக்கும் என்றார் எடிசன்.

பல்பிருந்து காற்றை வெளியேற்ற ஒரு கருவி செய்திருந்தார். ஒரு பெரிய குழாயில் மெர்க்குரி வைக்கப்பட்டிருக்கும். ஏழரை அடி நீளக் குழாய். அதற்கிணையாகச் சிறு சிறு ரப்பர் குழாய்கள் பொருத்தப்பட்டன. அவை பெரிய குழாயுடன் இணைக்கப் பட்டிருந்தன. அதிலிருந்து காற்றழுத்த பம்பின் மூலம் பல்பி லிருந்து காற்று வெளியேற்றப்படும்.

21-08-1879 அன்று தையல்நூலைக் கரியில் தோய்த்து குதிரை லாடம் போன்று வளையமாக்கி கண்ணாடி பல்பில் பொருத்தி வெற்றிடம் உருவாக்கி அடைத்தார். அதற்கு மின்சார இணைப்புக் கொடுத்தார். அது பிரகாசமான ஒளியுடன் 40 மணி நேரம் எரிந்தது. இயலாது என்று பௌதிகப் பேராசிரியர்களும் கணித நிபுணர் களும் சாதித்த ஒன்றை, 'முடியும்' என்று சாதித்துக் காட்டினார். இந்தச் சாதனைதான் மற்ற எல்லாச் சாதனைகளையும்விட எடிசனைப் புகழின் உச்சிக்குத் தூக்கியது. உலகம் ஒளிபெற்றது. எரிவாயு மூலம் ஒளியூட்டிவந்த எரிவாயுத்தொழில் நிறுவனத் தலைவர்கள் நடுக்குற்றனர். சாதாரண மக்களைச் சென்றடையும் வகையில் எடிசன் இந்த மின்விளக்குகளை உருவாக்கிவிடக் கூடாதே என்று கவலைப்பட்டனர். இருபதாம் நூற்றாண்டு, சென்றுவிட்ட மற்ற நூற்றாண்டுகளைவிடத் தான் ஒளிபெற்றதை எண்ணி இறும்பூது அடைந்தது.

எடிசனின் வெற்றி உலகமெங்கும் பரவினால் தமது தொழில் பாதிக்கும் என்று எரிவாயு நிறுவனத் தலைவர்கள் எடிசனுக்கு இடைஞ்சல் கொடுப்பதற்காக வேண்டத்தகாத வதந்திகளைப் பரப்பினர்.

எடிசன் ஒரு விஞ்ஞானி மட்டுமல்ல. நல்ல வணிகரும்கூட. எனவே அவர் கண்டுபிடித்த மின்விளக்கு ஒவ்வொரு வீட்டிலும் ஒளிரும் அளவுக்கு மலிவாக உருவாக்கும்வரை ஓயப் போவ தில்லை என்று உறுதி ஏற்றார்.

சாயர் அண்டு மேன் என்ற நிறுவனம் முதன்முதலில் மின் விளக்கைத் தங்கள் நிறுவனம்தான் கண்டுபிடித்தது என்று வழக்குத்தொடுத்தனர். பல வருடங்கள் நடந்த அவ்வழக்கில் எடிசனின் மின்னிழைதான் சிறந்தது, அது சாயர் அண்டு மேன் பதிவில் சொல்லியிருப்பதைவிட மிக நுண்ணியது, உறுதியானது என்று சுட்டிக்காட்டி நீதிமன்றம் வழக்கைத் தள்ளுபடி செய்தது. எடிசன் வென்றார். எடிசனின் வழக்கறிஞர்கள் சில தாள்களை மறைத்துவைத்துச் சூழ்ச்சி செய்து விட்டனர் என்று ஒருசாரார் கூச்சலிட்டனர். 'இப்படித்தான்' என்ற நம்பிக்கையும், விடா முயற்சியும் கடின உழைப்பும் சக ஊழியர்களின் ஒத்துழைப்பும் சரியான வழிகாட்டுதலும்தான் மின்விளக்கைச் சாத்திய மாக்கியது.

எடிசனின் இந்த முறையினால் மின்சாரத்தைச் சுமந்து செல்லும் கம்பிகள் அமைக்கும் செலவு வெகுவாகக் குறைந்தது. எடிசனுடைய மின்விளக்கை ஆய்ந்த பேராசிரியர் மார்க்கர் என்பவர் ''எடிசனின் கண்டுபிடிப்புக்கு முன் இருந்த முறையைப் பயன்படுத்தி ஒரு நகருக்கு மின்விளக்கு இணைப்புக் கொடுக்க 200 மில்லியன் டாலர் செலவாகும் என்றால் எடிசனின் முறையைப் பயன்படுத்தினால் அதே பணியை நூறாயிரம் டாலர் செலவில் முடித்து விடலாம்'' என்றார்.

இன்னும் சிறப்பான இழையைக் கொணர்வதில் எடிசன் தீவிரமாக இறங்கினார். கரியூட்டப்பட்ட நூலிழைக்குப் பதிலாக கரித்தூளைப் பயன்படுத்தினார். அது இன்னும் சிறப்பாக, நீண்ட நேரம் ஒளிர்ந்தது. எடிசனின் சாதனை உலகெங்கும் பரவியது.

ஐரோப்பிய விஞ்ஞானிகள் இந்தச் சாதனையை ஏற்றுக்கொள்ள வில்லை. அவர் வெற்றுக் கனவு காண்கிறார் என்றார்கள் (உண்மையில் எடிசன் தூங்கும்போது கூடக் கனவு காண்பதே இல்லை).

மின்விளக்கு உருவாகிய இரண்டு மாதங்களுக்குள் கரித்தூளை இழையாக்கி நிறைய மின் விளக்குகளை எடிசன் உற்பத்தி செய்தார். மென்லோ பார்க் வீதிகளிலும் ஆய்வுச் சாலையிலும் திருமதி ஜோர்டானின் விடுதியிலும் மின் இணைப்புக் கொடுக்கப் பட்டது. மற்ற இடங்களில் இருந்து பார்த்தால் இரவுப் பொழுதில் மென்லோ பார்க் ஓர் ஒளி நகரமாகத் தெரிந்தது.

நாட்டின் பல பாகங்களிலிருந்தும் அந்தக் காட்சியைப் பார்க்கப் பலரும் வந்தனர். நியூ யார்க் டைம்ஸ் பத்திரிகையில் முழுப்பக்கச் செய்தி வெளியானது. அது மக்களின் ஆர்வத்தைத் தூண்டியது. 1880 வருடம் ஏப்ரல் மாதத்தையொட்டி ஒரு கண்காட்சி ஏற்பாடு செய்தார் எடிசன். மென்லோ பார்க்குக்குத் தனி ரயில்கள் விடப் பட்டன. 3,000 பேருக்குமேல் வந்து அந்தச் செயல் விளக்கத்தைக் கண்டனர்.

கரித்தூள் விளக்கு எடிசனுக்குத் திருப்தி அளிக்கவில்லை. இன்னும் நல்லதாக கார்பன் இழையைக் கண்டு பிடிக்க முனைந் தார். புல், பிரம்பு, செடி, கொடி என்று பல பொருள்களுக்கு மேல் கரிபூசிப் பயன்படுத்தினார். அப்படியும் அவருக்குத் திருப்தி யில்லை. எதைப் பார்த்தாலும் அது மின்னிழைக்குப் பயன்படுமா என்று சிந்தித்தார்.

ஒருநாள் மாலையில் தனது சோதனைச் சாலையில் அமர்ந்திருந்த போது அவர் அருகில் இருந்த மேஜையில் ஓர் ஓலை விசிறி இருந்தது. அதன் ஓரத்தில் ஒரு மெல்லிய மூங்கில் இழை கட்டப் பட்டிருந்தது. அதைப் பார்த்தார் எடிசன். அருகில் இருந்த ஊழியரை அழைத்து அந்த மூங்கில் இழையைப் பிரித்துக் கொண்டுவரச் சொன்னார். அவர் கொண்டுவந்ததும், ''இதை க்ரூசியிடம் கொடுத்து இயன்ற வரை மெல்லிய இழைகளாகச் செய்து கரியூட்டிக் கொண்டுவரச் சொல்'' என்று கூறினார்.

க்ரூசி சிறிது நேரத்தில் அவ்விழைகளைக் கரியூட்டிக் கொணர்ந் தார். அவ்விழைகளைப் பயன்படுத்தி மின் விளக்குகள் தயாரிக்கச் சொன்னார். அவ்விளக்குகள் மிகவும் பிரகாசமாகவும் நீண்ட நேரமும் எரிந்தன. அந்த இழையைக் கொண்ட மூங்கில்கள் எங்கே கிடைக்கும் என்று விசாரிக்கச் சொன்னார் எடிசன். தெற்காசிய நாடுகளில்தான் அவை பெருமளவில் உற்பத்தியாவ தாகக் கேள்விப்பட்டு ஜப்பான், இந்தியா, இலங்கை ஆகிய நாடுகளுக்கு ஆள்களை அனுப்பி மூங்கில் மாதிரிகளைக் கொணரச் சொன்னார்.

வணிக ரீதியில் மின்விளக்குகளைத் தயாரிக்க முடிந்தால்தான் மக்களை மின்விளக்கு சென்றடையும் என எண்ணி அதற்கான முயற்சியில் இறங்கினார்.

எரிவாயுவைப் பயன்படுத்தி ஒளிபெறுவதால் ஆகும் செலவு, சுற்றுப்புறச் சூழல் பாதிப்பு, உடல்நலக் கேடு எனப்பலவாறாகச்

சிந்தித்து மின்விளக்கு, வாயுவிளக்கு இவற்றின் நன்மை, தீமைகளைப் பட்டியல் தீட்டினார் எடிசன். அப்பட்டியலைப் பார்த்த வாயுநிறுவன அதிகாரி லூதர், அந்தத் தொழிலில் இருக்கும் தங்களுக்கே தெரியாதவையெல்லாம் எடிசனுக்கு எப்படித் தெரிந்தது என்று வியந்தார்.

பெரிய அளவில் உற்பத்திசெய்வது என்று தீர்மானித்த பிறகு அதற்கான முயற்சியில் முழுமூச்சாக இறங்கினார் எடிசன்.

''நான் மிகவும் மலிவாக மின்விளக்கு தயார் செய்தபிறகு ஏழைகளின் வீடுகளில் மின்விளக்கெரியும். பணக்காரர்களால் மட்டுமே மெழுகுவர்த்தியை வாங்கமுடியும்'' என்றார் எடிசன்.

•

''என்ன நான் சொன்னதைச் சிந்தித்துப் பார்த்தீர்களா?'' என்று தன் எதிரே நின்றுகொண்டிருந்த ஆசிரியர் ஜேம்ஸ் ரிக்கால்டனைப் பார்த்துக் கேட்டார் எடிசன்.

''மிஸ்டர் எடிசன், எங்கள் பள்ளியில் எனக்கு விடுப்பு கொடுத்துவிட்டனர். எங்கள் பள்ளிக்குக் கொடுக்கப்பட்ட கௌரவமாகக் இதைக் கருதுகிறார்கள்'' என்றார் ஜேம்ஸ் ரிகால்டன்.

''இந்தப் பணியில் உள்ள இக்கட்டுகள் உங்களுக்குத் தெரியுமல்லவா? ஏற்கெனவே இரண்டு பேரைத் தென்னமெரிக்காவுக்கு அனுப்பினேன். அங்கே கரடி, பாம்பு, காட்டுமனிதர்கள் இவர்களுக்கெல்லாம் தப்பி அவதியுற்றுப் பல மூங்கில் மாதிரிகளைக் கொண்டுவந்திருக்கிறார்கள். அவையும் நல்லவைதாம். ஆனால் அந்த இரண்டுபேரில் ஒருவர் கொண்டுவந்த மாதிரி மிக நன்றாக இருக்கிறது. ஆனால் அது எந்த இடத்தில் எடுக்கப்பட்டது என்று அவருக்குத் தெரியவில்லை. தென்கிழக்கு ஆசியாவில் நிறைய மூங்கில்கள் விளைவதாகச் சொல்கிறார்கள். அங்குச் சென்று நீங்கள் மூங்கில் மாதிரிகள் சேகரித்து வரவேண்டும். மூங்கில்களை எப்படிச் சோதித்துப் பார்ப்பது என்று இங்கே உங்களுக்குக் கற்றுத்தரப்படும். சில கருவிகளையும் தயார் செய்து தரச் சொல்லியிருக்கிறேன். நீங்கள் எங்கேயெல்லாம் போக வேண்டும் என்பதற்கு வரைபடம் ஒன்று தயார் செய்து வைத்திருக்கிறேன். தைரியமாகச் சென்றுவாருங்கள்'' என்றார் எடிசன்.

''எனக்கும் உலகம் சுற்றிப்பார்க்க ஆசைதான். பள்ளியில் பூகோளம் கற்றுக்கொடுக்கிறேன். எனவே எனக்கு அந்தப் பகுதி

களைப் பற்றி நன்றாகத் தெரியும். ஒரு நல்ல பணிக்காகச் செல்வதில் எனக்கும் மகிழ்ச்சிதான். இங்கு வருவதற்கு முன் இன்ஷுரன்ஸ் நிறுவனத்தோடு பேசினேன். நான் போகும் இடங்கள் ஆபத்து நிறைந்த பகுதி என்பதால் இன்ஷுர் பண்ணமாட்டார்களாம்'' என்றார் ஆசிரியர்.

''சரி, உங்கள் உயிரின் விலை என்ன?'' என்றார் எடிசன்.

''நான் முன்பு நியூ யார்க்கில் இருந்தேன். அப்பொழுது என் உயிரின் விலை கொஞ்சம்தான். இப்பொழுது நீங்கள் இந்தப் பகுதியில் இருப்பதால் இங்குள்ளவர்களின் மதிப்பு அதிகமாகிவிட்டது. எனவே எனது உயிரின் விலை $1,500'' என்றார் ஆசிரியர்.

''சரி, நானே உங்களுக்கு அந்த இன்ஷுரன்ஸைக் கொடுக்கிறேன். தைரியமாகப் போய்வாருங்கள். இரண்டே நாள்களில் நீங்கள் புறப்படத் தயாராக இருக்கவேண்டும். இப்பொழுது நீங்கள் எனது வீட்டுக்குச் செல்லுங்கள். அங்கே முதல் மாடியில் வலதுபக்கம் ஒரு மேஜை இருக்கும். அந்த மேஜைக்குக் கீழே மூன்று மூங்கில் கட்டைகள் இருக்கும். அதில் நடுவில் இருக்கும் கட்டையை எடுத்துவாருங்கள்'' என்றார் எடிசன்.

அந்த ஆசிரியர் அவர் சொன்னபடியே அங்குப் போனார். அந்த வீட்டு வேலைக்காரி அவரிடம் பல கேள்விகள் கேட்டார். இங்கே கிடக்கும் குப்பைகூட ஓர் ஆய்வுப் பொருள்தான், சரியாக எது வேண்டும் என்று சொல்லுங்கள் என்றார். பிறகு அவர் குறிப்பிட்ட கட்டையை எடுத்துக்கொடுத்தார்.

மின்விளக்கு இழை தேடி அவரது பயணம் தொடர்ந்தது. முதலில் இங்கிலாந்து, சூயஸ் கால்வாய் வழியாக சிலோன் சென்றார். 'பிரிட்டிஷ் கிரீடத்தில் ஒரு ரத்தினம்' என்று அன்று போற்றப்பட்ட சிலோனில் பலவகையான மூங்கில்கள் கிடைத்தன. சொர்க்க பூமியான அந்தத் தீவில் பல வாரங்கள் கழிந்தன. நூற்றுக்கு மேற்பட்ட மூங்கில் வகைகள் சோதிக்கப் பட்டன. ஓர் அடி விட்டமும் 150 அடி உயரமும் கொண்ட இராட்சத மூங்கிலும் கிடைத்தது.

அங்கிருந்து இந்தியாவுக்குச் சென்றார். முதலில் கன்னியாகுமரி சென்றார். அங்கிருந்து மதுரை, பாண்டிச்சேரி வழியாக சென்னை சென்றார். பிறகு பெங்களூர் வழியாக மேற்கு மலைத் தொடர்ச்சிப் பகுதிகளுக்குச் சென்றார். அங்கே பலவகையான

மூங்கில்கள் கிடைத்தன. அங்கிருந்து கடற்கரை ஓரமாக பாம்பே, டெல்லி, சிம்லா சென்றார். அங்கிருந்து சட்லஜ் நதி ஓரப்பகுதி களுக்கும், யமுனா, கங்கை வழியாக கல்கத்தாவுக்கும் சென்றார். அங்கிருந்து டார்ஜிலிங் சென்றார். டார்ஜிலிங்கில் நதிப்பகுதி களில் நல்ல மூங்கில்கள் கிடைத்தன. அங்கிருந்து பிரம்மபுத்ரா நதி ஓரமாக அசாம் சென்று அங்கிருந்து மீண்டும் கல்கத்தா வந்து, ரங்கோன் சென்றார். அங்கே ஐராவதி நதி ஓரமாக சிலோனில் கிடைத்தது போல இராட்சத மூங்கில்கள் கிடைத்தன.

கிடைத்த மாதிரிகளில் கார்பன் அதிகமாக இருந்ததால் ஜாவா, போர்னியோ போன்ற தீவுகளுக்குச் செல்லாமல் சீனா வழியாக ஜப்பான் சென்றார். அங்கே அவர் அலைந்து திரிவதற்கு அவசிய மில்லாமல் பலவகையான மூங்கில்கள் காட்சிச் சாலையில் வைக்கப்பட்டிருந்தன. அவருக்குத் தேவைப்பட்டதைக் காட்சிச் சாலையைச் சேர்ந்தவர்களே வரவழைத்துக் கொடுத்தனர். சேகரித்த மூங்கில்களைக் கப்பலில் அனுப்பிவிட்டு ஒரு சில முக்கியமான மாதிரிகளுடன் பசிபிக் கடல்வழியாக 14 நாள்கள் பயணம் செய்து சரியாக ஒருவருடம் கழித்து, புறப்பட்ட அதே இடத்துக்கு அதே மணியில் அதே நிமிடத்தில் வந்து சேர்ந்தார்.

எடிசன் கேட்டமாதிரி பல அரிய மூங்கில்கள் கிடைத்த திருப்தி யில் மறுநாள் எடிசனைப் பார்க்கச் சென்றார். வரவேற்பு மிகப் பிரமாதமாக இருக்கும் என எண்ணிச் சென்றார். அங்கே அவரை வரவேற்க யாரும் இல்லை. எடிசனைச் சென்று பார்த்தார். ''வாருங்கள், மூங்கில் கிடைத்ததா?'' என்ற ஒரு கேள்வியை வீசிவிட்டு எடிசன் தனது பணியில் மூழ்கினார்.

''நீங்கள் சொன்னது போலவே பல வகைகளைக் கொண்டு வந்திருக்கிறேன். அவற்றில் சில மிகச் சிறந்தன. நீங்கள்தான் அவற்றை ஆய்ந்து எப்படிப்பட்டவை என்று சொல்லவேண்டும். எல்லா மூங்கில் மாதிரிகளிலும் அது எங்கே எடுக்கப்பட்டது என்று தெளிவாகக் குறித்திருக்கிறேன். ஜப்பான் மாதிரிகளில் ஏதாவது சிறந்ததாக இருந்தால் பொருள்காட்சிச் சாலைக்குத் தெரிவித்தால் போதும். நாம் போக வேண்டிய அவசியமில்லாமல் அவர்களே அனுப்பிவைத்துவிடுவார்கள். அதற்குவேண்டிய ஏற்பாடுகளைச் செய்துவிட்டு வந்திருக்கிறேன்'' என்றார் ஆசிரியர்.

எடிசன் சற்றே தலை தூக்கி அவரைப் பார்த்து, ''நீங்கள் இங்கே இல்லாதபோது செயற்கை கார்பன் ஒன்றைக் கண்டுபிடித்து

விட்டேன். அது மூங்கில்களைவிட மிக நன்றாகப் பயன்படு கிறது. அலுவலகத்தில் சொல்லியிருக்கிறேன். போய்ப் பணம் வாங்கிக் கொள்ளுங்கள்'' என்றார் எடிசன்.

மூங்கில் சேகரிப்பதற்கே எடிசன் நூறாயிரம் டாலர்களுக்கு மேல் செலவு செய்திருக்கிறார். புதிய கண்டுபிடிப்பு அதற்கு அவசிய மில்லாமல் செய்துவிட்டது.

இந்த உலகம் மாறுதலுக்கு உட்பட்டது. இருக்கின்ற நிலைமை தனக்குச் சாதகமாக இல்லாவிட்டாலும் அதையே விடாப் பிடியாகப் பிடித்துக்கொள்வதுதான் மனித இயல்பு. எந்த மனிதனும் பூனையைப்போல இருந்த இடத்தில் இருப்பதைத் தான் விரும்புவான். பழமையைத் தூக்கி அடிக்கிறமாதிரி ஒருமாற்றம் வந்தாலொழியப் புதுமையை ஏற்காது மனித மனம். போராடிப் போராடி, தாக்கித் தாக்கித் தாக்கித்தான் அந்த மாற்றத்தைக் கொண்டுவர முடியும்.

எடிசன் லைட்டிங் கம்பெனி என்ற நிறுவனத்தை மற்றவர் களோடு இணைந்து தோற்றுவித்தார். பல விளம்பரங்கள், வாக்குறுதிகளுக்குப் பிறகு எடிசனின் மின்விளக்கை வாங்க மக்கள் முன்வந்தனர். எடிசன் லைட்டிங் நிறுவனத்தால் தேவையை ஈடுகட்ட முடியவில்லை. எனவே தனது தொழிற் சாலையிலேயே மின் விளக்குகளை உற்பத்தி செய்வதற்கான ஏற்பாடுகளைச் செய்தார் எடிசன். 80 பேர்களைத் தேர்ந்தெடுத்து அவர்களுக்குப் பயிற்சி கொடுத்தார். அவர்களை வல்லுநர்களாக உருவாக்கினார்.

அவர்களைத் தவிர வேறு யாருக்கும் வேகமாக மின்விளக்கு களைத் தயாரிக்கத் தெரியாது. தேவை அதிகமாக இருந்ததாலும் தங்களைவிட்டால் வேறு வழியில்லை என்ற நிலை இருந்த தாலும் அந்த 80 பேரும் எடிசனுக்கு நெருக்கடி ஏற்படுத்தி ஆதாயம் தேட முனைந்தனர். சம்பளம் அதிகம் கேட்டனர். கொடுத்தார். அவர்களில் ஒருவருடைய மகனை வேலைக்குச் சேர்த்துக்கொள்ள வேண்டும் என்றனர். அவனை அலுவலகத்தில் வேலைக்குச் சேர்த்துக்கொண்டார். அவன் ஒழுங்காக வேலை செய்ய மாட்டான். நேரத்துக்கு அலுவலகத்துக்கு வரமாட்டான். அலுவலகத்தில் தூங்கத் தொடங்கினான். மற்ற அலுவலர் களிடமும் இந்த ஒழுங்கீனம் பரவக் கூடாது என்பதற்காக எடிசன் அவனை வேலையிலிருந்து நீக்கினார். உடனே அந்த 80

பேர்களும் வேலை நிறுத்தம் செய்தனர். அந்தப் பையனை மீண்டும் வேலைக்குச் சேர்த்துக்கொள்ளவேண்டும் என்று வற்புறுத்தினர். எடிசன் பணியவேண்டியிருந்தது.

அவர்களுக்குத் தெரியாமல் எடிசன் மின் விளக்கு தயாரிக்கும் ஓர் இயந்திரத்தை உருவாக்கினார். மிகவும் நம்பகமான சில பேர்களை மட்டும் தன்னுடன் வைத்துக்கொண்டார். முதலில் அந்த இயந்திரத்தின் வேகம் அவ்வளவாக இல்லை. மேலும் ஆய்ந்து அதைச் சீர்செய்தார். வேகமாகவும் மிக அழகாகவும் விளக்குகளைத் தயார் செய்யும் வண்ணம் வடிவமைத்தார். அது நன்றாக இயங்கத் தொடங்கியது. தேவைக்கு அதிகமாக மின் விளக்குகளைத் தயாரித்தார்.

அதைத் தொடர்ந்து அலுவலகத்தில் பணிபுரிந்துவந்த ஒழுங்கற்ற பையனைப் பணிநீக்கம் செய்தார். உடனே அந்த எண்பது பேரும் கொதித்தெழுந்தார்கள். வேலைக்கு வரப்போவதில்லை என்று வெளியேறினார்கள். அதன்பிறகு அவர்கள் அந்தத் தொழிற் சாலையில் அனுமதிக்கப்படவில்லை. அந்தக் கசப்பான அனுபவத்தால் மனித உழைப்பைவிட இயந்திரங்களை நம்பத் தொடங்கினார் எடிசன். இயந்திரங்களே மனிதனை அடிமைத் தளையிலிருந்து விடுவிக்கும் என்று ஒரு புதுக் கொள்கையை அறிவித்தார்.

14

''எடிசன், ஒரு மின்விளக்கு தயாரிக்க உங்களுக்கு எவ்வளவு ஆகிறது?'' என்று கேட்டார் எடிசன் லைட்டிங் கம்பெனியின் நிறுவனர்களில் ஒருவர்.

''ஒரு டாலர் 25 செண்ட்'' என்றார் எடிசன்.

''சரி நமது நிறுவனத்துக்கு என்ன விலைக்குத் தருவதாக இருக்கிறீர்கள்?''

''நீங்கள் என்ன விலை தருவீர்கள்?''

''1 டாலர், 30 செண்ட் தருகிறோம்.''

''வேண்டாம். வெறும் 40 செண்ட் தாருங்கள். போதும்''

''எடிசன், விளையாடாமல் சொல்லுங்கள். நான் சொன்னதைவிட அதிகம் தேவையா?''

''நான் விளையாடவில்லை. உண்மையாகத்தான் சொல்லுகிறேன். 40 செண்ட் கொடுங்கள் போதும். ஆனால் ஒரு நிபந்தனை.''

''என்ன நிபந்தனை?''

''இன்னும் பதினைந்து ஆண்டுகளுக்கு என்னுடய காப்புரிமைக்கு ஆயுள் இருக்கிறது. அதுவரையில் என்னுடைய தொழிற் சாலையில் உற்பத்தி செய்யப்படும் மின்விளக்கைத்தான் வாங்க வேண்டும். நான் எந்தக் காரணம் கொண்டும் 40 செண்ட்டுக்கு மேல் விற்கமாட்டேன். நீங்களும் 40 செண்டுக்குக் குறைவாகக் கேட்கக்கூடாது.''

''மற்றவர்களையும் கேட்டுவிட்டுச் சொல்கிறேன்.''

எல்லோரும் ஒப்புக்கொண்டார்கள். ஒப்பந்தம் கையெழுத் தானது. மென்லோ பார்க்கின் அருகில் ஹாரிசன் என்ற இடத்தில் ஒரு மனையை அடமானமாக எடுத்தார் எடிசன். அங்கே தொழிற்சாலை தொடங்கப்பட்டது. அந்தத் தொழிற்சாலையில் முதல் வருடத்தில் ஒரு விளக்கு தயாரிக்க ஒரு டாலர் பத்து சென்ட் செலவானது. அந்த ஆண்டின் விற்பனை 20,000 விளக்குகள்தான். எடிசனுக்கு $14,000 இழப்பு. அடுத்த ஆண்டில் அடக்க விலை 70 சென்ட். 40,000 விளக்குகள் விற்பனை. எடிசனுக்கு இழப்பு $12,000. அடுத்த ஆண்டு அடக்கவிலை 50 சென்ட். 60,000 விற்பனை. இழப்பு $6,000. அடுத்த ஆண்டு புது இயந்திரங்களை நிறுவியதால் அடக்கவிலை 37 சென்ட். விற்பனை 200,000க்கும் அதிகம். $6,000 லாபம். அடுத்த ஆண்டில் அடக்க விலை 22 சென்ட். 2 மில்லியன் விளக்குகள் விற்றன. இழந்ததை விடப் பத்துமடங்கு லாபம் ஒரே ஆண்டில் சம்பாதித்துவிட்டார். பங்குச் சந்தை விழித்துக் கொண்டது. பல நிறுவனங்கள் எடிசனின் தொழிற்சாலையை வாங்குவதற்குப் போட்டி போட்டன.

எடிசனின் நிறுவனத்துக்காக தாம்சன் என்பவர் லண்டனில் ஒரு கண்காட்சி நடத்தினார். அந்தக் கண்காட்சியைப் பார்க்க இளவரசர்களும் இளவரசிகளும் வந்தனர். எடிசனின் கண்டு பிடிப்பைப் பற்றிக் குறைசொன்ன அனைவரும் தம் கருத்தை மாற்றிக்கொண்டனர். ஐரோப்பியப் பத்திரிகைகள் எடிசனைப் புகழ்ந்து கட்டுரைகள் எழுதின.

எடிசன் லைட்டிங் கம்பெனி நியூ யார்க்கில் வணிக ரீதியில் மின்விளக்கு இணைப்பு கொடுக்க விரும்பியது. எடிசன் தானே முன்னின்று அதற்கு வேண்டிய அனைத்தையும் செய்வதாக உறுதியளித்தார். அதன்படி அவரது நம்பகமான ஊழியர்களுடன் நியூ யார்க் நகரின் 5-வது அவென்யூ 65-ம் எண்ணுள்ள கட்டடத்துக்கு இடம் மாறினார். எடிசனின் வரலாற்றில் இந்த 65 என்ற எண் நீங்கா இடம் பெற்றது. அந்தக் கட்டடத்தைப் பற்றிப் பேசும்போதெல்லாம் 65 என்றே குறிப்பிடுவர்.

மின்விளக்கு கண்டுபிடிப்பு ஒரு புதிய சாதனை என்பதால் அதை இணைப்பதற்கு வேண்டிய சாதனங்கள் எங்கும் உற்பத்தி செய்யப்படவில்லை. டைனமோ மட்டும் கிடைத்தது. ஆனால் கட்டடம் முழுவதற்கும் மின்னிணைப்பு கொடுக்க டைனமோ, காப்பிடப்பட்ட மின்கம்பிகள், ஹோல்டர்கள், ஸ்விட்சுகள், மீட்டர்கள் ஆகியவை தேவைப்பட்டன. எல்லாம் புதிதாகவே

தயாரிக்கப்பட வேண்டியிருந்தது. எடிசன் அதற்கும் தயாரானார். அவருடைய தொழிற்சாலையில் இவையெல்லாம் தயாரிக்கப் பட்டன.

65-ம் எண் கட்டடம் முழுவதும் மின்விளக்குகள் பொருத்தப் பட்டன. இரவுப்பொழுதில், வீதிகளில் ஆர்க்லைட் ஒளிர, வீடுகளில் வாயுவிளக்கு எரிய 65-ல் மட்டும் மின்விளக்குகள் ஜகஜோதியாக ஒளிர்ந்து அங்கே ஒரு சுவர்க்கபுரி தோன்றிற்றென மிளிர்ந்தது.

நகர நிர்வாகத்திடமிருந்து பல அனுமதிகள் பெற வேண்டி யிருந்தது. தீயணைப்பு நிறுவனத்தின் அனுமதி மிகச் சிரமத்தின் பேரில் கிடைத்தது. ஜே.பி.மார்கன், வாண்டர்பில்ட் போன்ற பெருந்தொழிலதிபர்கள் டைரக்டர்களாக இருந்ததால் மற்ற அனுமதிகள் எளிதாகக் கிடைத்தன.

மாலை 6.00 மணிக்குமேல் அந்தக் கட்டடத்தைப் பார்வையிடக் கூட்டம் அலைமோதியது. இரவு 12.00 மணி வரை மக்கள் வந்தார் கள். சில சமயங்களில் காவலர்களின் உதவியோடு கூட்டத்தைக் கட்டுப்படுத்த வேண்டிவந்தது. பத்திரிகையாளர்கள் படை யெடுத்தனர்.

அந்நாளில் உலகப் புகழ்பெற்ற வயலின் இசை மேதை ரெஹ்மேய்ன்யீ (Edouard Remenyi) 65-க்கு வந்தார். மின் விளக்கைப் பார்க்க வந்தவர் எடிசனின் நகைச்சுவைப் பேச்சில் மயங்கினார். அவர் வயலின் மேதை மட்டுமல்ல, நல்ல அறிஞரும்கூட. எடிசனோடு எல்லா விஷயங்களைப் பற்றியும் உரையாடுவார். இசை, அரசியல், ஆன்மிகம், தத்துவம், விஞ்ஞானம் என்று எதையும் விட்டு வைப்பதில்லை. இசையைப் பற்றிப் பேசினாலும் அவருடைய வயலினைக் கொண்டுவரும் படி எடிசன் ஒருநாளும் சொன்னதில்லை. ஆனால் ஒருநாள் அவர் வயலினுடன் வந்தார். பின்னிரவில் கதவுகளையெல்லாம் மூடச் சொல்லி எடிசனுக்கு மிக அருகில் அமர்ந்துகொண்டு அவருக் காக இரண்டு மணிநேரம் வயலின் வாசித்தார். காதருகில் அவர் வாசித்ததால் எடிசன் இசையைத் தன்னை மறந்து ரசித்தார். ஒரு கச்சேரிக்கு $2,000 வாங்கும் அவர் எடிசனுக்காகத் தனியாக வாசித்ததைக் கண்டு எடிசன் உளம் நெகிழ்ந்தார். ஆத்மார்த்தமாக ஒரு மாமனிதனுக்காக வாசித்ததில் ரெஹ்மேய்ன்யீக்கும் திருப்தி.

65-க்கு வந்து பார்த்த பலரும் தங்கள் வீடுகளுக்கும் அந்த மாதிரி மின்விளக்கு இணைப்பு அமைத்துத் தர இயலுமா எனக் கேட்டனர். அதில் அவரது நெருங்கிய நண்பர்களும் இருந்ததால் எடிசனால் மறுக்க முடியவில்லை. அதற்காக ஒரு தனி நிறுவனத்தைத் தொடங்கினார். எடிசன் லோகல் லைட்டிங் கம்பெனி என்று பெயர்.

கொலம்பியா என்ற கப்பலுக்கு மின்னிணைப்புக் கொடுத்தார். வாண்டர்பில்ட் என்ற தொழிலதிபர் அதே ஐந்தாவது அவென்யூ வில் மிகப் பெரிய மாளிகையில் குடியிருந்தார்.

அவர் தனது இல்லத்துக்கு மின்விளக்கு அமைத்துத் தரும்படி வேண்ட எடிசன் அதற்காகவே ஒரு கலையியல் நிபுணரை வரவழைத்து மிக அழகாக இணைப்புகளை ஏற்படுத்தினார். மின் உற்பத்திக்கு வேண்டிய டைனமோ, பாய்லர்கள் ஆகியவை கீழ்த்தளத்தில் நிறுவப்பட்டிருந்தன. கலையழகோடு அலங்கார மாகச் செய்யப்பட்டிருக்கும் மின்னிணைப்பைப் பார்த்து வாண்டர்பில்ட் உள்பட அனைவரும் எடிசனைப் பாராட்டினார்.

மாலை 6 மணிக்கு மேல் விளக்குகளை எரியவைப்பது என்று முடிவாயிற்று. எடிசனே தனிப்பட்ட முறையில் எல்லா இணைப்புகளையும் சரிபார்த்தார். 6.00 மணி ஆனவுடன் மின் விசையைத் தட்ட ஏதோ ஒரு சிறுகோளாறினால் சிறு தீப்பொறி கீழே விழுந்து அலங்காரத் தரைவிரிப்பில் ஒரு சிறுபகுதி தீப்பற்றியது. உடனே அணைக்கப்பட்டது. ஆனால் திருமதி வாண்டர்பில்ட் வெறித்தனமாகக் கூச்சலிட்டார். கீழே பாய்லர் வைத்திருக்கும் அவ்வீட்டில் தான் குடியிருக்கப் போவதில்லை என்று வெறித்தனமாகக் கத்தினாள். கீழ்ப்பகுதியில் நிறுவப்பட்ட அனைத்தும் அகற்றப்பட்டன.

சிறிது காலம் கழித்து அந்தத் தொழிலகத்தை எடிசன் ஜெனரல் எலெக்ட்ரிக் நிறுவனத்துக்கு விற்றுவிட்டார்.

●

''மிஸ்டர் எடிசன் உங்கள் வேலைகளெல்லாம் எப்படி நடக் கிறது?'' என்று கேட்டார் பொதுப்பணித்துறையின் ஆணையர் H.O. தாம்சன்.

''உங்களைப் போன்றவர் உதவியால் மிக நன்றாகவே நடக்கிறது'' என்றார் எடிசன்.

"குழாய் பதிப்பதை யார் மேற்பார்வை பார்க்கிறார்கள்?"

"அதற்கென்று தனி அலுவலர்களை நியமித்திருக்கிறேன். நானும் அடிக்கடி சென்று பார்க்கிறேன்."

"அதெல்லாம் சரி, ஆனால் எங்கள் பொதுப்பணித் துறையைச் சேர்ந்த ஐந்து பொறியாளர்கள் மேற்பார்வையிட வேண்டு மென்பது எங்கள் துறையின் எழுதப்படாத விதி. ஒவ்வொரு வருக்கும் ஒருநாளைக்கு $5 கொடுக்கவேண்டும். ஒவ்வொரு சனிக்கிழமையும் அவர்களது கட்டணத்தை அவர்களிடம் கொடுத்துவிட வேண்டும்" என்றார் தாம்சன்.

"இதை நீங்கள் அனுமதி கொடுக்கும் முன்பே சொல்ல வில்லையே?"

"நீங்கள் இப்பொழுதுதானே இந்தத் துறையோடு சம்பந்தப்பட்ட வேலையை எடுத்திருக்கிறீர்கள். மற்றவர்களிடம் கேட்டுப் பாருங்கள். எல்லோருக்கும் தெரிந்ததுதான்."

"சரி, கொடுத்துவிடுகிறேன். நாளையிலிருந்து அவர்களைக் கண்காணிக்க வரச் சொல்லுங்கள்" என்றார் எடிசன்.

மறுநாள் யாரும் வரவில்லை. சனிக்கிழமை மாலை ஐந்து பேர் பொறியாளர்கள் என்று சொல்லிக்கொண்டு வந்தனர். சம்பளம் கொடுக்கச்சொல்லிக் கேட்டனர். பணத்தை வாங்கிகொண்டு சென்றார்கள். அடுத்த சனிக்கிழமைதான் அவர்களை மீண்டும் காணமுடிந்தது.

எடிசன் அவரது சக ஊழியர் பேச்சிலிரிடம் "வேலை செய்யாமல் இப்படிப் பணம் வாங்கிகொண்டு செல்கிறார்களே, இவர்களை நாளையிலிருந்து கண்காணிக்க வரச் சொல்லலாமா?" என்று ரகசியமாகக் கேட்டார்.

"இவர்களைக் கண்காணிக்க வரச்சொன்னால் வேண்டுமென்றே இது சொட்டை, அது சொள்ளை என்று சொல்லி இன்னும் அதிகம் பணம் கேட்பார்கள். அவர்கள் வராமல் இருப்பதுதான் நல்லது" என்றார் பேச்சிலர்.

எடிசனின் கனவுத்திட்டமான மைய மின் நிலையத்தை அமைக்கும் முயற்சியில் ஏற்பட்டதுதான் மேற்கண்ட நிகழ்ச்சி. எவ்வளவு பெரிய விஞ்ஞானியாக இருந்தாலென்ன?

அதிகாரிகளின் நிர்வாக இயந்திரத்தில் அரைபட்டுத்தானே ஆகவேண்டும்!

நியூ யார்க்கில் உள்ள மன்ஹாட்டன் தீவில் அனைத்து வீடுகளுக்கும் மின்னிணைப்புக் கொடுக்கும் திட்டத்தில் எடிசன் முழுமூச்சாக இறங்கினார். அங்கே ஒரு மைய மின்நிலையம் அமைத்து அதன் மூலம் இணைப்பு கொடுப்பதுதான் அவரது திட்டம். எடிசன் ஜெனரல் எலெக்ட்ரிக் கம்பெனியின் சார்பில் பணி நடைபெற்றுக் கொண்டிருந்தது. இணைப்புக் கம்பிகளும் ஆர்க் மின் விளக்குக் கம்பிகளும் அப்பகுதியில் கம்பங்களில் கட்டப் பட்டிருந்தன. எங்குப் பார்த்தாலும் கம்பிப் பந்தல்கள்தான்.

எடிசன் பணியைத் தொடங்குவதற்குச் சிறிது காலத்துக்குமுன்பு ஆர்க் விளக்கு இணைப்பு கொடுப்பதற்காக மின்கம்பத்தில் ஏறிய லைன்மேன் ஆர்க் சுடரிடையே கைமாட்டிக் கொண்டதால் கருகிக் கீழே விழுந்து இறந்தார். அந்தக் கம்பத்தில் கட்டி வைக்கப்பட்டிருந்த உண்டியலில் மக்கள் அந்த ஊழியரின் குடும்ப நல நிதிக்காகக் காசு போட்டுச் சென்றனர். அப்படிப்பட்ட விபத்துகள் தனது மின்னிணைப்பில் நேரக் கூடாதென்பதற்காக பூமிக்கடியில் கம்பி புதைத்து இணைப்புக் கொடுக்க எடிசன் விரும்பினார். அதிலும் எடிசன்தான் முன்னோடி. பூமிக்கடியில் இரும்புக் குழாய்களைப் பதித்து, குழாய்களின் வழியே ஒரு வகையான கலவையாலும் துணியாலும் காப்புச்செய்யப்பட்ட கம்பியை ஓட்டி இணைப்புக் கொடுப்பது என்பது திட்டம்.

எதையும் துல்லியமாகத் திட்டமிட்டுச் செயல்படும் எடிசன் தனது ஆள்களை அனுப்பி அந்தப்பகுதி முழுதும் சுற்றிவந்து புள்ளி விவரங்களைச் சேகரிக்கச் சொன்னார். சாலைகள், தெருக்கள், சந்து பொந்துகள், வீடுகள், பள்ளிகள் நிறுவனக் கட்டடங்களில் இணைப்புக் கொடுக்கப்பட்டிருக்கும் வாயுவிளக்குகள், வீடுகளில் பயன்படுத்தும் வாயு விளக்குகள், ஆகியவற்றின் விவரங்கள் சேகரிக்கப்பட்டன. வரைபடம் தயாரிக்கப்பட்டது.

பர்ல் என்னும் இடத்தில் மூன்றுமாடிக் கட்டடம் ஒன்று வாங்கப் பட்டது. முதல் மாடிக்கு பாரம் தாங்கும் திரண் இல்லாததால் பெரிய உத்தரங்களைப் பொருத்தி அதை வலிமையாக்கினார். ஒவ்வொரு வீட்டுக்கும் தனித்தனியாக இணைப்புக் கொடுப்பதென்றால் அதற்கான செப்புக்கம்பிக்குச் செலவு அதிகமாகும் என்று தெரிந்தது. ஒரு பத்திரிகையில் ஒரு நிருபர் எழுதினார்:

"எடிசன் திட்டத்தைச் செயல்படுத்தினால் அதற்கு ஆகும் செம்புக் கம்பியின் தேவையை உலகில் உற்பத்தியாகும் செம்பு அனைத்தையும் கொணர்ந்தாலும் பூர்த்தி செய்ய முடியாது."

எந்தச் சவாலையும் சமாளிக்கும் எடிசனுக்கு இது ஒரு பெரும் சவாலாக அமைந்தது. எனவே மேலும் அவர் ஆராய்ச்சி தொடர்ந்தது. இருந்த நாள்களோ குறைவு. அதற்குள் ஏதாவது செய்தாக வேண்டும். ஒரே கம்பியில் பல இணைப்புகளைக் கொடுக்கிற ஃபீடர் (Feeder) என்ற முறையைக் கண்டுபிடித்தார். செம்பின் தேவை வெகுவாகக் குறைந்தது. செலவும் குறைந்தது.

அந்தப் பணி நடந்துகொண்டிருந்தச் சமயத்தில் எடிசன் வீட்டுக்கே போகவில்லை. அப்பொழுது அவருக்கு வயது 35. உலக அளவில் புகழ் பெற்றிருந்தார். அவரைப் பார்ப்பதைப் பெரிய பேறாகப் பலர் கருதினர். அப்படிப்பட்ட மாமனிதன் வீதியில் அடுக்கி வைக்கப்பட்டிருந்த இரும்புக் குழாய்களின் மேல் படுத்து உறங்கினார். அங்கே படுத்துத் தூங்கிய பலருக்குக் குளிர் ஜுரம் வந்தது. எடிசனையும் எச்சரித்தார்கள். "இந்தப் பணியை முடிக்க வேண்டும் என்ற வெறி என்னுள் கொழுந்து விட்டெரியும் போது அதுவே வியாதிகளுக்குத் தடையாக அமையும்" என்றார். அவர் நம்பிக்கை வீண்போகவில்லை. நோய் விலகியே நின்றது.

உலகின் முதன்முதல் மைய மின் நிலையமான நியூ யார்க் பர்ல் மின்நிலையத்திலிருந்து வீடுகளுக்கு மின்னிணைப்பு கொடுக்கப் பட்டது. அந்தப் பகுதி அந்த மாநகரத்தின் ஒளிப்பகுதியாகக் காட்சியளித்தது. முதல் மூன்று மாதங்களுக்கு மின் கட்டணம் வசூலிக்கப்படவில்லை. தொடங்கிய காலத்தில் ஏதாவது பழுது நேரலாம். அப்பொழுது கட்டணம் வசூலித்தால் அதையே சாக்காக வைத்துப் பத்திரிகைகள் தாக்கும். ஆனால் இலவசச் சேவையென்றால் யாரும் கண்டுகொள்ள மாட்டார்கள். மூன்று மாதங்களுக்குள் எல்லாப் பழுதுகளையும் சீர்செய்துவிட முடியும். அதற்குப் பிறகு கட்டணம் வசூலித்துக்கொள்ளலாம் எனத் திட்டமிட்டார்.

ஆனால் பழுது நேராமல் மின்நிலையம் இயங்கிக்கொண்டி ருந்தது. முதலில் ஒரு டைனமோ மட்டும் இணைப்பில் இருந்தது. பிறகு டைனமோக்களின் எண்ணிக்கையை அதிகப்படுத்தினார். ஒவ்வோர் இணைப்புக்கும் ஒரு ரசாயன மீட்டர் பொருத்தப் பட்டது. மூன்று மாதங்களுக்குப்பின் கட்டணம் வசூலிக்கப்

பட்டது. எரிவாயு விளக்குகளுக்கு ஆகும் கட்டணத்தை விட அது குறைவாக இருந்ததால் எல்லோரும் மகிழ்ச்சியாகப் பணம் செலுத்தினர். ஒன்றிரண்டு இடங்களிலிருந்து மீட்டர் தவறாகக் காட்டுகிறது என்று புகார் வந்தது. அவை உடனுக்குடன் கவனிக்கப்பட்டன. அவை மீட்டர்களின் கோளாறு இல்லை என்று நிரூபிக்கப்பட்டது.

மின்கம்பியிலிருந்து கசிவு ஏற்பட்டுத் தரையில் மின்சாரம் பாய்வதாகவும் ஒரு குதிரை அந்தப்பக்கமாகப் போகும் போது மின்சாரம் தாக்கித் துள்ளிக் குதித்து ஓடியதாகவும் புகார் வந்தது. எடிசன் போய்ப் பார்த்தார். கம்பிக்கு மேல் பூசிய கலவை சற்றே பிரிந்திருந்ததாலும் அங்கே ஈரமணல் கொட்டி வைக்கப்பட்டிருந் ததாலும் சற்றே கசிவு ஏற்பட்டது கண்டுபிடிக்கப்பட்டது. அந்த நேரம் ஒரு கிழட்டுக் குதிரையில் ஏறி ஒருவர் வந்தார். சில குறும்புப் பையன்கள் அவரை ஈரமணல்பக்கம் திசை திருப்பி விட்டனர். அவரது குதிரை அந்த ஈரமணலைத் தாண்டிச் செல்லும் போது அதன் கிழட்டுத்தனம் நீங்கி இளமை வந்தது போலத் துள்ளிக்குதித்து ஓடியது. குதிரையில் அமர்ந்திருந்த வனுக்கும் அது ஆச்சரியமாக இருந்தது. எல்லோரும் சிரித்தனர். புகார்கொடுத்த போலீஸ்காரரும் சிரித்தார். அந்தக் கசிவு விரைவிலேயே சீர்ப்படுத்தப்பட்டது.

மறுநாள்காலை ஒரு குதிரை வியாபாரி எடிசனை அவரது அலுவலகத்தில் சந்தித்தார்:

''மிஸ்டர் எடிசன், நான் குதிரை வியாபாரம் செய்கிறேன். என்னிடம் சில கிழட்டுக்குதிரைகளும் இருக்கின்றன. எனது லாயத்தின் அருகில் மின்கசிவு ஏற்படுத்தித் தரும்படி வேண்டு கிறேன். குதிரையை விலைக்குவாங்க வருபவர்களின் முன் அந்தக் கிழட்டுக்குதிரைகளை அந்தக் கசிவின்வழியே ஓடவிட்டு அதிக விலைக்கு விற்றுவிடுவேன். உங்களுக்கு எவ்வளவு பணம் வேண்டும் சொல்லுங்கள்'' என்றார் வியாபாரி.

எடிசன் சிரித்தார். ''மின் கசிவால் அந்தக் குதிரைகள் இறந்து போனால் என்ன செய்வது?'' என்றார்.

ஒருநாள் எடிசனின் உதவியாளர் அவரிடம் வந்து ''மிஸ்டர் எடிசன், பக்கத்துத் தெருவில் ஒருவர் தனது கட்டடத்தில் இருநூறு மின்விளக்குகள் இணைக்கவேண்டும் என்கிறார்.

உங்களிடம் கேட்டுச் சொல்வதாகச் சொல்லியிருக்கிறேன்'' என்றார்.

"கட்டடம் மிகவும் பெரியதோ?"

"இல்லை. சின்னக் கட்டடம்தான். இரண்டு மாடிகள் மட்டும் தான்.''

"பின் ஏன் இருநூறு விளக்குகள் கேட்கிறார்?"

"அவர் ஒயின் தயாரிக்கிறார். மின் விளக்கிலிருந்து ஒயின் குடுவைக்குள் ஒளியைப் பாய்ச்சினால் ஒயினின் வயதை அதிகமாகக் காட்டுமாம்'' என்றார் சக ஊழியர்.

"ஓர் அறைக்கு நூறு வீதம் இரண்டு அறைகளில் இணைப்பு வேண்டுமாம்.''

"பணம் ஒழுங்காகக் கட்டுவாரா?"

"கட்டுவார் என்றுதான் தோன்றுகிறது.''

"சரி, இணைப்பு கொடுத்து விடுங்கள். கம்பியைச் சற்றுப் பெரிதாகக் கொடுக்கவேண்டும்'' என்றார் எடிசன்.

மறுநாள், இணைப்பு கொடுக்கப்பட்டது. அந்த வியாபாரி எதிர் பார்த்தது போலவே மின்விளக்கொளிச் சூட்டால் ஒயினின் வயது கூடியது. சுவை ஏறியது. அவர் தயாரித்த ஒயின் அமோகமாக விற்பனையானது. அந்த வியாபாரி மின்னொளி கொடுத்து ஒயினின் வயதைக் கூட்டும் தனது ஆய்வைப் பதிவுசெய்து காப்புரிமை பெற்றார்.

மீட்டர் கணக்கைக் கவனித்துவந்த அலுவலரின் திறமைக் குறைவால் 600,000 டாலர்கள் நிலுவை நின்றது. எனவே எடிசன் எலெக்ட்ரிக் கம்பெனி நிர்வாகத்தின் அனுமதியின் பேரில் மெட்ரோபாலிடன் டெலிபோன் கம்பெனியில் பணிபுரிந்த, மிகவும் அனுபவம் வாய்ந்த சின்னாக் என்பவரை பணம் வசூலிக்கும் பணியில் நியமித்தார். பாக்கியிருக்கும் பணம் முழுவதையும் வசூலித்தால் அவருக்கு 5% பணம் தருவதாகவும் தனது சொந்தப் பொறுப்பில் $10,000 தருவதாகவும் சொன்னார்.

இந்த ஊக்கத்தால் சின்னாக் அல்லும் பகலும் உழைத்து மொத்தப் பணத்தையும் வசூலித்ததோடு மேலும் எந்தப் பணமும் பாக்கி

இல்லாமல் பார்த்துக்கொண்டார். தான் வாக்களித்தபடி அவருக்கு 5% பணம் கம்பெனிச் செலவிலும் $10,000 தனது கையிலிருந்தும் கொடுத்தார். அந்தச் சமயத்தில் எடிசனிடம் கைவசம் பணம் அதிகமில்லை. எனவே எடிசன் ஜெனரல் எலெக்ட்ரிக் கம்பெனி நிர்வாகத்திடம் தான் கொடுத்த $10,000ஐக் கொடுக்கும்படிக் கேட்டார். $600,000 வசூலிக்கப்பட்டிருப்பதைச் சுட்டிக்காட்டினார். ஆனால் பங்குச் சந்தையின் தலையீட்டினால் எடிசனுக்கு அந்தப் பணம் மறுக்கப்பட்டது.

வணிக உலகத்தை எடிசன் கொஞ்சம் கொஞ்சமாகப் புரிந்து கொள்ளத் தொடங்கினார்.

●

"நீங்கள் கேட்டது போலவே T/E பட்டியல் இதோ!" என்று ஒரு தாளை நீட்டினார் சின்னாக்.

"எது அதிகம்?" என்று கேட்டார் எடிசன்.

"T தான் அதிகம்."

"எதிர்ப்பு அதிகம் இருக்குமோ?"

"மக்களுக்கு இதைப் பற்றி முதலில் தெரியவில்லை. ஆனால் வேண்டாதவர்கள் சிலர் தூண்டிவிடுவதால் எதிர்ப்பு கிளம்பும் என்றுதான் தோன்றுகிறது."

"எனக்குக்கூடக் கீழே போகத்தான் விருப்பம்" என்றார் எடிசன்.

அவர்கள் பேசிக்கொண்டிருக்கும் போது ஒருவர் வந்து எடிசன் கையில் ஒரு கடிதத்தைக் கொடுத்தார். எடிசன் அதைப் பிரித்துப் படித்தார். அவர் முகத்தில் மகிழ்ச்சி. "நகராட்சி நிர்வாகம் பூமிக் கடியில் குழாய் பதித்து இணைப்பு கொடுப்பதற்கு ஒப்புதல் கொடுத்துவிட்டது. இனி இந்த T/E தேவையில்லை" என்றார் எடிசன்.

"E இடங்களில் கீழே போவதற்குப்பதில் மேலே போகலாமே. செலவும் மிச்சம். அங்கு எதிர்ப்பும் வராது" என்றார் நண்பர்.

"அதுவும் சரிதான். இந்தப் பட்டியலைப் பத்திரப்படுத்தி வையுங்கள்" என்றார் எடிசன்.

எடிசன்: கண்டுபிடிப்புகளின் கதாநாயகன் ● 109

நியூ யார்க்கில் மைய மின்நிலையத்தை நிறுவி வெற்றிகரமாக மின்னிணைப்பைக் கொடுத்த எடிசன் இன்னும் செலவைச் சுருக்கும் வகையில் வேறொரு புதிய வழிமுறையைக் கண்டு பிடித்தார். மூன்று கம்பி இணைப்பு முறைதான் அது. பாசிடிவ், நெகட்டிவ், நியூட்ரல் என்று சொல்கிறோமே அந்த முறைதான் அது. அதைப் பயன்படுத்தி மின் நிலையம் எங்கே உருவாக்குவது என்று ஆராய்ந்தபோது மசாசூஸ்ட்ஸ் மாகாணத்தில் உள்ள ப்ராக்டன் சிறந்த இடமாகத் தேர்ந்தெடுக்கப்பட்டது.

அவ்வூர் மிக அழகான ஊர். எங்கும் அழகிய மரங்கள், மலர்ச் செடிகள், கொடிகள். பூமிக்கடியில் குழாய் பதிக்க அதிகம் செலவாகும். எனவே கம்பங்களில் கம்பிகளை இழுத்து, இடைஞ்சலாயிருக்கும் மரங்களை வெட்டி, இணைப்பு கொடுக்கலாம் என முதலில் தீர்மானிக்கப்பட்டது. அதற்காக ஒரு சர்வே செய்யப்பட்டது. அதன்படி மரங்கள் மிக அடர்த்தியாக இருக்கும் பகுதியை T (Tough) என்றும், குறைவாக இருக்கும் பகுதியை E (Easy) என்றும் குறித்துப் பட்டியலிடச் சொல்லியிருந்தார். அந்தப் பட்டியல்தான் பத்திரப்படுத்தப்பட்டது.

இந்தக் காலத்தில் உள்ளதுபோல அந்தக்காலத்தில் மரங்களை வெட்டுவதற்கு பொதுவாக எதிர்ப்பு எழுந்ததில்லை. ஆனால் போட்டியாளர்கள் தூண்டிவிட்ட காரணத்தால் மரங்களை வெட்டுவதற்கு எதிர்ப்பு எழுந்தது. நல்லவேளையாக நகராட்சி நிர்வாகம் பூமிக்கடியில் குழாய் பதிக்க ஒப்புக்கொண்டது.

நான்கைந்து டைனமோக்களை நிறுவி மூன்று கம்பி இணைப்பு முறையில் அந்நகரில் மின்னிணைப்பு கொடுக்கப்பட்டது. டைனமோக்களை ஒன்றோடொன்று இணைப்பதில் எழுந்த ஒரு சிறு கோளாறால் மீட்டர்கள் முன்னோக்கி ஓடுவதற்குப் பதில் சில இடங்களில் பின்னோக்கி ஓடின. காரணத்தைக் கண்டு பிடித்து அதைச் சீர் செய்தார். இப்படி எத்தனையோ இன்னல்கள் வந்தாலும் அத்தனை இன்னல்களையும் வெற்றிகரமாக எதிர் கொண்டார்; வென்றார். எந்தப் பழுதும் இன்றி இயங்கியது அந்த நிலையம்.

அந்த மின்நிலையத்தின் வெற்றியை எடிசன் அடக்கியே வாசித் தார். அதிகமாக விளம்பரப்படுத்தவில்லை. ஒரு சின்னத் தோல்வி யையும் பெரிதாக்கிக் காட்டப் பத்திரிகைகள் தயாராக இருந்தன. பிராக்டன் மின் நிலையம் ஒரு முன்மாதிரி நிலையமாகச் செயல்

பட்டது. நன்றாகச் செயல்படத்தொடங்கிய போது விளம்பரப் படுத்தப்பட்டது.

பிராக்டன் மின் நிலையத்தின் வெற்றியை அறிந்த வெளி நாட்டினர் தங்கள் நாட்டிலும் அப்படி மின்நிலையம் நிறுவ விரும்பினர். எடிசன் மின்நிறுவனங்கள் பல நாடுகளிலும் அமைக்கப்பட்டன. இத்தாலியில் உள்ள மிலான், பிரான்ஸில் பாரிஸ், இங்கிலாந்தில் லண்டன் ஆகிய நகரங்களில் எடிசன் நிறுவனங்களால் மின்நிலையங்கள் நிறுவப்பட்டன.

1883-ம் ஆண்டு மீன்வளத்துறையின் 'அல்பட்ராஸ்' என்ற மீன்பிடிக் கப்பலில் மின்விளக்குகள் பொருத்தப்பட்டன. அதில் சிறப்பாகத் தயாரிக்கப்பட்ட ஆழ்கடல் மின்விளக்குகளைப் பொருத்தினார். அக்கப்பலை கடலின் ஆழத்தில் கொண்டு சென்றபோது ஒளியால் ஈர்க்கப்பட்டு மீன்கள் அதிகமாக நெருங்கி வந்தனவாம். அதனால் மீன் அறுவடை அதிகமாகியதாம்.

எடிசன் வயோமிங் மாகாணத்தில் முழுச் சூரியகிரகணத்தைக் காணுவதற்காகச் சென்றபோது, வழியில் கிராமங்களில் வசித்த விவசாயிகள் தாங்கள் உற்பத்தி செய்த பொருள்களை வேறு இடங்களுக்கு எடுத்துச் சென்று விற்பதற்கு வசதியில்லாமல் அவதிப்படுவதைப் பார்த்தார். அவர்களுக்காக ஏதாவது செய்ய வேண்டும் என எண்ணினார்.

நீராவி என்ஜின்களால் இழுக்கப்படும் ரயில்கள் அந்தக் காலத்தில் இயங்கின. மின்சாரத்தால் இயக்கப்படும் ரயிலை உருவாக்கினால் குறுகிய தூரத்துக்குச் செல்ல அதைப் பயன்படுத்தலாம், விவசாயிகளுக்கும் உதவியாக இருக்கும் என நினைத்தார்.

பலர் அதற்கு முன்னரே மின்சார ரயிலை உருவாக்க முனைந்ததுண்டு. ஓரிருவர் அதில் வெற்றியும் கண்டனர். ஆனால் அவையெல்லாம் மின்கலங்களால் இயக்கப்பட்டன. அதிகத் தொலைவு செல்லவோ அதிகச் சுமையை ஏற்றிச் செல்லவோ முடியாது. எனவே மென்லோ பார்க்கிலிருந்த தனது ஆய்வுச் சாலையிலேயே அதைச் செய்து பார்க்க முனைந்தார்.

மென்லோ பார்க் ஆய்வுச் சாலை மீண்டும் சுறுசுறுப்பாக இயங்கியது.

எடிசன், மென்லோ பார்க் ஆய்வுச் சாலையில் முக்கால் மைல் தொலைவுக்கு ரயில் பாதை அமைத்தார். அதை நேர்க்கோட்டில்

அமைக்காமல் லாட வடிவில் அமைத்தார். ஒரே சமதளமாக இல்லாமல் ஒரு குன்றைச் சுற்றி வருமாறு அமைத்தார். அது மூன்றரை அடி அகலம் கொண்ட இருப்புப்பாதை. தானே அதற்கான மின் என்ஜினையும் வடிவமைத்தார். அதை வெள்ளோட்டம் விட்ட அன்று ஏதோ உராய்வினால் துண்டு துண்டாகப் போய்விட்டது. அதிலுள்ள பழுதைக் கண்டறிந்து என்ஜினையும் மின் இணைப்பையும் மாற்றி அமைத்தார். மூன்று பெட்டிகளை இணைத்துக்கொண்டு என்ஜின் வெற்றிகரமாக ஓடியது. பத்திரிகைகள் இதைப் பாராட்டிச் செய்திகளை வெளியிட்டன.

20-06-1879 அன்று நியூ யார்க் டைம்ஸ் பத்திரிகை எழுதியது: ''இந்த மின்சார ரயிலை நியூ யார்க் மக்கள் மிகவும் வரவேற்பார்கள். இனி அவர்கள் ரயிலில் பயணம் செய்யும்போது அவர்களின் ஆடைகளில் தூசி படியாது, எண்ணெய்க்கறை படாது.''

சிலர், ''இது கண்காட்சிக்குத்தான் ஏற்றது, கவைக்குதவாது'' என்றனர்.

ஆனால் எடிசனுடைய நண்பர் ஹென்றி வில்லார்ட் மட்டும் எடிசனை ஊக்கப்படுத்தினார். எடிசனின் ஒவ்வொரு கண்டுபிடிப்பிலும் தன்னை இணைத்துக்கொண்ட வில்லார்ட் மனத்தளவிலும் பணத்தளவிலும் ஊக்கமளித்தார். டகோட்டா மாநிலத்தின் கோதுமை வயல்களை இணைத்துச் சிறிய ரயில் பாதை அமைத்தால் அது விவசாயப் பெருமக்களுக்குச் செய்யும் அருந்தொண்டாக அமையும் என்றார் அவர். அப்படிச் செய்தால் எடிசனுக்கும் அது பயனுள்ளதாக இருக்கும்.

பெரிய காற்றாடிகளை நிறுவி அவற்றிலிருந்து மின்சாரம் பெற்று அம்மின்சாரத்தின் மூலம் ரயில்களை இயக்கலாம் என்பது திட்டம். வில்லார்ட் *$35,000* கொடுத்தார். மென்லோ பார்க்கில் இரண்டரை மைல் நீளத்துக்கு ரயில் பாதை அமைக்க வேண்டும்; பயணிகள் ரயிலுக்கு ஒன்றும் சரக்கு ரயிலுக்கு ஒன்றுமாக தனித்தனி என்ஜின்கள்; பயணிகள் ரயிலில் மூன்று பெட்டிகள்; சரக்கு ரயில் குறைந்தது *10* டன் சரக்குகளை இழுத்துச் செல்ல வேண்டும்; ரயில்கள் மணிக்கு *60* மைல் வேகத்தில் செல்ல வேண்டும். இதுபோன்ற இலக்குகளை அமைத்து ஆய்வு செய்ய வேண்டும் என்ற ஒப்பந்தம் *14-9-1881* அன்று கையெழுத்தானது.

அந்தப் பரிசோதனை வெற்றிகரமாக முடிந்தால், பரிசோதனைக்கான செலவை ஏற்பதாகவும், கோதுமை வயல்வெளியில் *50*

மைல் ரயில்பாதை அமைக்க எடிசன் கம்பெனிக்கு உதவுவ தாகவும் வில்லார்ட் கூறினார். ஆனால் துரதிர்ஷ்டவசமாக அவரது நார்த்தர்ன் பசிபிக் கம்பெனி திவாலாகியது. எடிசன் எலெக்ட்ரிக் லைட் கம்பெனி மின்சார ரயில் பரிசோதனையில் எடிசனுக்கு உதவ மறுத்துவிட்டது. பின்னாளில் எடிசனுடன் மின்விளக்குத் தயாரிப்பில் கூட்டுச் சேர்ந்து வில்லார்ட் இழந்ததை மீட்டு நார்த்தர்ன் பசிபிக் கம்பெனியை மீண்டும் நிலைநிறுத்தினார்.

ஒருசமயம் எடிசனின் நண்பர் லௌரே என்பவர் எடிசன் அமைத்த ரயில் பாதையைப் பார்க்க வந்தார். எடிசன் ஒரு ரயில் பெட்டியில் அவரைத் தன் பக்கத்தில் உட்கார வைத்தார். க்ரூசி என்ஜினை ஓட்டினார். மணிக்கு 40 மைல் வேகத்தில் ரயில் ஓடியது. லௌரே ''நிறுத்துங்கள், நிறுத்துங்கள்'' என்று கத்தினார். ரயில் தடம் புரண்டது. எடிசன் வெளியே தூக்கி எறியப்பட்டார். என்ஜினி லிருந்து க்ரூசி தலைகுப்புறக் கீழே விழுந்ததில் முகமெல்லாம் மண். அங்கங்கே சிராய்த்து இரத்தம் கசிந்தது. நல்லவேளையாக லௌரேக்கு ஒன்றும் ஆகவில்லை. எடிசன் மெல்ல எழுந்து லௌரேயைப் பார்த்துச் சிரித்துக்கொண்டே ''என்ன அழகான விபத்து!'' என்றார்.

1883-ம் ஆண்டு 2 மில்லியன் டாலர் முதலீட்டுடன் எலெக்ட்ரிக் ரயில் கம்பெனி ஆஃப் அமெரிக்கா தொடங்கப்பெற்றது. பல இடங்களில் மின்சார ரயில்கள் விடப்பட்டன. இரண்டு விஞ்ஞானிகளுக்கிடையே ஏற்பட்ட தகராறு காரணமாக அந்த நிறுவனம் ஜெனரல் எலெக்ட்ரிக் கம்பெனிக்கு விற்கப்பட்டது.

மின்கலத்தால் ஓடும் ஊர்தியையும் எடிசன் உருவாக்கினார். அவை ஓரிரு நகர்களில் ஓடின. பின்னர் நிறுத்தப்பட்டுவிட்டன.

1884-ம் ஆண்டு ஆகஸ்ட் 9-ம்தேதி மேரி ஸ்டில்வெல் எடிசன் காலமானார்.

1887-ம் ஆண்டு, நிறுத்திவைத்திருந்த ஃபோனோகிராஃப் ஆய்வை மீண்டும் தொடங்கி அதை மிக மிக நவீனப்படுத்தினார். மெழுகில் பதிவு செய்யும் முறையை உருவாக்கினார். ஒரு தட்டி லிருந்து பல படிகள் எடுக்கும் முறையையும் கண்டுபிடித்தார். மெல்லிய தங்கத் தாள்களைப் பொருத்தி நீண்டநாள் பாதுகாக்கும் முறையை உருவாக்கினார். பதிவு செய்ததைச் செதுக்கியெடுத்து

விட்டு புதிய பதிவு செய்யும் முறையைக் கண்டுபிடித்தார். ஃபோனோகிராஃப் கருவியின் சீரமைப்புக்காக மட்டும் 65 பேடண்டுகள் பெற்றார்.

ஜெஸ்ஸி லிப்பின்காட் என்பவர் எல்லா ஃபோனோகிராஃப் கம்பெனிகளையும் இணைத்து 1888-ல் நார்த் அமெரிக்கன் ஃபோனோகிராஃப் கம்பெனியை நிறுவினார். எடிசன் கம்பெனியும் அதில் அடக்கம். 1894-ல் நார்த் அமெரிக்கன் ஃபோனோகிராஃப் கம்பெனி திவாலாகிவிட்டது. எனவே எடிசன் அதன் பங்குகளை எல்லாம் வாங்கி நேஷனல் ஃபோனோ கிராஃப் கம்பெனி தொடங்கினார்.

முதலில் ஃபோனோகிராஃபை டிக்டேஷன் இயந்திரமாக விற்பனை செய்த எடிசன், இப்பொழுது அதை வீட்டு மனமகிழ் கருவியாக அறிமுகப்படுத்தினார். முதலில் கறுப்பு மெழுகில் தொடங்கி சிவப்பு மெழுகுக்கு மாறி, பிறகு உடைக்கமுடியாத நீல அம்புரோல் என்ற பொருளில் செய்தார். அதற்குள் போட்டி யாளர்கள் வட்டத்தட்டை உருவாக்கிவிட்டார்கள். எனவே எடிசனும் வேறு வழியின்றி டிஸ்க் பதிவை அறிமுகப்படுத் தினார். முதலில் நல்ல விற்பனை இருந்தாலும், வானொலியின் வருகையால் ஃபோனோகிராஃப் வியாபாரம் குறையத் தொடங் கியது. எடிசன் பல பிரபல பாடகர்களை வைத்துப் பாடல்கள் பதிவு செய்தார். அவர்களில் ஓர் இத்தாலியப் பாடகர் குரல் எடிசனுக்குப் பிடித்தது. அவரை ஒப்பந்தம் செய்து பதிவு செய்ய ஏற்பாடுகள் செய்தபோது அந்த இத்தாலியப் பாடகர் இறந்து விட்டார். எடிசன் டிஸ்க் வியாபாரம் 1929-ல் நிறுத்தப்பட்டது.

எடிசன் கண்டுபிடிப்புகளில் அவருக்கு மிகவும் பிடித்த ஒன்று ஃபோனோகிராஃப். ''ஃபோனோகிராஃப் என்னுடைய குழந்தை. இது வளர்ந்து வயதான காலத்தில் என்னைக் காப் பாற்றும்'' என்றார். அதன்படியே அது அவரைக் காப்பாற்றியது.

•

பாஸ்டனில் ஒரு மாநாட்டுக்குச் சென்றிருந்த எடிசன் நண்பர் கில்லிலண்டின் கடற்கரை மாளிகையில் சில வாரங்கள் தங்கினார். அங்கு ஓர் அழகான பெண்ணைச் சந்தித்தார். அவளிடம் ஈர்ப்பு ஏற்பட்டது. அடிக்கடி அவளைச் சந்திக்கத்

தொடங்கினார். 19 வயது மினா என்ற அந்தப் பெண்ணுக்கு மார்ஸ் தந்தி அடிக்கும் முறையைக் கற்றுக்கொடுத்தார்.

ஒருநாள் அவளருகில் நிற்கையில் பக்கத்திலிருந்த சுவரில் கையால் தட்டி மார்ஸ் குறியீட்டின் மூலம் ''என்னைத் திருமணம் செய்து கொள்கிறாயா?'' என்று கேட்டார். அவளும் மார்ஸ் குறியீட்டின் மூலம் தனது சம்மதத்தைத் தெரிவித்தாள். தனது காதலியைத் திருமணத்துக்குப் பிறகு மிகப்பெரிய மாளிகையில் குடிவைக்கவேண்டும் என்று எண்ணி நியூ ஜெர்ஸியில் உள்ள வெஸ்ட் ஆரஞ்ச் பகுதியில் உள்ள க்ளென்மாண்ட் என்ற இடத்தில் ஒரு பெரிய மாளிகையைக் கட்டினார். 29 அறைகள் கொண்ட பெரிய மாளிகை. 1886 ஜனவரியில் வீடு கட்டப்பட்டது.

1886 பிப்ரவரி மாதம் மினா மில்லரை ஓஹாயோவில் உள்ள ஏக்ரன் என்ற நகரில் மணந்தார். திருமணமான பின் மூன்று மாதங்கள் எடிசன் தேன்நிலவுக்குச் சென்றுவிட்டார். பிறகு சிறிது காலம் சோதனைக்கூடத்தில் இருக்கும் நேரம் குறைந்து வீட்டுக்குப் போய்வரத்தொடங்கினார். அதன்பிறகு ஆய்வில் அதிகநேரம் ஈடுபடத்தொடங்கினார். 1886-ல் வெஸ்ட் ஆரஞ்ச் பகுதியில் மிகப் பெரிய ஆய்வுக்கூடத்தையும் தொழிற்சாலையையும் நிறுவினார். அந்தக் காலத்தில் அதுதான் உலகத்திலேயே மிகப் பெரிய சோதனைச்சாலை. உண்மையிலேயே அது கண்டுபிடிப்புத் தொழிற்சாலைதான்.

மினா பேரழகி. கணவருடைய செயல்களுக்கு உறுதுணையாக இருந்தார். சமூக சேவையிலும் அறநிலையப் பணிகளிலும் அதிக அக்கறை காட்டினார். கணவரது ஒழுங்கற்ற அன்றாட அலுவல் களை ஓரளவு சீர்ப்படுத்தினார்.

எதையாவது புதிதாகக் கண்டுபிடித்துக்கொண்டே இருக்க வேண்டும் என்ற உந்துதல் காரணமாக எடிசன் அடுத்து செய்த முயற்சி அவரைப் பாடாகப் படுத்தியது. அதிகமாக உழைத்தார். வென்றார்

வெற்றி மாளிகையின் வாசல்படிக்கட்டில் கால்வைத்தபோது மாளிகைக் கதவு படாரெனச் சாத்திக்கொண்டது. அது என்ன முயற்சி?

15

"இந்த மணலின் அழகைப் பார்த்தீர்களா எடிசன், மடிப்பு மடிப்பாக, கருநீல வண்ணத்தில்... எத்தனை அழகு, எத்தனை அழகு!" என்று வியந்தார் எடிசனின் நண்பர்.

லாங் ஐலண்ட் பகுதியில் உள்ள குவாக் கடற்கரையில் அவர்கள் நின்றுகொண்டிருந்தனர்.

"உங்கள் கண்களுக்குக் கருநீல அழகு தெரிகிறது. ஆனால் என் கண்களுக்கு வேறு ஒன்றல்லவா தெரிகிறது!" என்றார் எடிசன்.

"உங்கள் பார்வையே தனி" என்றார் நண்பர்.

"ஆம், இயற்கையில் சௌந்தர்யங்கள் கொட்டிக் கிடக்கின்றன. ஆனால் அவற்றையெல்லாம் என் கலைக்கண்கள் ரசிக்கத் தொடங்குவதற்குமுன் என் அறிவுக்கண்கள் விழித்துக்கொள் கின்றன. என்றைக்குத்தான் இயற்கை அழகுகளை அழகுகளாக ரசிக்கமுடியும் என்று தெரியவில்லை" என்றார் எடிசன்.

"சரி, இந்த மணலில் என்ன கண்டீர்கள் சொல்லுங்கள்."

"இம்மணலுக்குக் கறுப்பு வண்ணம் எப்படி வந்தது என்று தெரியுமா?"

"அது இயற்கை."

"இல்லை நண்பரே, இதில் இரும்புத்தாதுக்கள் அதிக அளவில் இருக்கின்றன. அதுதான் காரணம். கொஞ்சம் இருங்கள் நிரூபித்துக் காட்டுகிறேன்" என்று சொல்லிக்கொண்டே பாக்கெட்டிலிருந்து ஒரு காந்தத்தை எடுத்தார். அதை மணலின் மேல் காட்டியபோது இரும்புத்துகள்கள் அதன்மேல் பாய்ந்துவந்து ஒட்டின.

116 ● இலந்தை சு. இராமசாமி

"இம்மணலிலிருந்து இரும்புத்துகளைப் பிரிக்க முடியுமானால் நம் நாட்டுக்கு எவ்வளவு இரும்பு கிடைக்கும்?" என்றார் எடிசன்.

பிறகு சிறிது நேரம் மௌனம். அவரது வலது புருவம் மேலே உயர்ந்தது; அவர் சிந்திக்கத் தொடங்கிவிட்டார். கைவிரல்களை மேலும் கீழும் அசைத்தார். வாய் எதையோ முணுமுணுத்தது. வலது புருவம் கீழே இறங்கியது. அவரது சிந்தனை ஒரு வழித் தடத்தைப் பிடித்துவிட்டது.

"எனது அடுத்த திட்டம் இதுதான். இரும்புத்தாதுவிலிருந்து இரும்பைப் பிரித்தெடுப்பேன். இங்குள்ள மணலில் மட்டுமல்ல, மலைகளில்கூட காந்த இரும்புத்தாது நிறையக்கிடைக்கும் என நினைக்கிறேன்" என்றார்.

"இது லாபகரமாக இருக்குமா?" என்று கேட்டார் நண்பர்.

"இப்பொழுது உயர் ரக இரும்புத்தாது மிஷிகன் பகுதியில் மிகச் சிறிய அளவு கிடைக்கிறது. விரைவில் தீர்ந்துவிடும். வெளி நாட்டிலிருந்தும் இறக்குமதி செய்கிறார்கள்.

தாழ்ந்த ரக தாதுவைச் சுத்திகரிக்கும் இடத்துக்கு ஏற்றுமதி செய்ய நிறையச் செலவாகும். எனவேதான் நாம் அந்த வேலையைச் செய்தால் லாபகரமாக இருக்கும். நாட்டுக்கும் பயன்படும். சரி, நாம் அடுத்த வாரம் வருவோம். பெரிய காந்தங்களை எடுத்துக் கொண்டுவருவோம். மீண்டும் ஆராய்ந்து பார்க்கலாம்" என்றார் எடிசன்.

அடுத்த ஒருவாரமும் எடிசன் அதே சிந்தனையாக இருந்தார். மின்காந்த ஊசி ஒன்றை உருவாக்கினார். அது மிக நுட்பமானது. தரையின் ஆழத்தில் இருக்கும் இரும்புத்தாதுவையும் காட்டிக் கொடுத்துவிடும். அடுத்த வாரம் அங்குப் போவதற்குள் பெருத்த புயல்காற்று வீசியது. சூறாவளியொன்று சுழற்றியடித்தது. எனவே அங்குப் போவதை மேலும் ஒருவாரம் தள்ளிப் போட்டார். இரண்டு வாரங்கள் கழித்து மீண்டும் அங்கே போன போது அங்கிருந்த கருமணலையெல்லாம் புயற்காற்று அடித்துச் சென்று கடலுக்குள் தள்ளியிருந்தது. மிச்சமிருந்த மணலில் தாது அதிகமில்லை என்றாலும் எடிசன் மனம் தளராமல் "இதில்லை என்றால் இன்னொன்று. இதை நான் விடப்போவதில்லை" என்றார்.

எடிசன்: கண்டுபிடிப்புகளின் கதாநாயகன் • 117

இருவரும் நியூ ஜெர்சியிலுள்ள சில மலைப்பகுதிகளுக்குச் சென்றார்கள். அங்கே அந்தக் காந்த ஊசிக் கருவியை வைத்து ஆய்வு செய்தபோது இரும்புத்தாது ஏராளம் இருப்பது தெரிய வந்தது. குறைந்தது பதினைந்து ஆண்டுகளுக்காவது அது தாக்குப் பிடிக்கும். அந்த மலைப்பகுதியை விலைக்கு வாங்கினார்.

அந்த இரும்புத்தாதுவை வெட்டி எடுக்கவேண்டுமே! டைனமைட் வைத்துத்தான் தகர்க்க வேண்டும். அந்தக்காலத்தில் டைனமைட் விலை மிக அதிகமாக இருந்தது. அதிகப்பணத்தை அதில் முடக்க எடிசன் விரும்பவில்லை. குறைந்த செலவில் மலைப்பகுதியி லிருந்து தாதுவை வெட்டி எடுக்க முடியுமா என ஆராய்ந்தார்.

''அதிகமாக மாந்தர் புழங்கும் ஒரு சாலையில் எடிசனைக் கொண்டு விட்டால் அங்கும் மனிதனின் கால்படாத ஒரு பகுதியை எடிசன் கண்டுபிடித்துவிடுவார்'' என்று யாரோ சொன்னதற்கேற்ப, குறைந்த டைனமைட்டைப் பயன்படுத்தி தாதுவை வெட்டியெடுக்கும் ஒரு வழியைக் கண்டுபிடித்தார். 25% செலவிலேயே அந்தக் காரியத்தைச் சாதிக்க முடியும் எனக் கண்டுகொண்டார்.

வெட்டி எடுக்கப்பட்ட மண்கலந்த இரும்புப் பாறைகளை முதலில் சிறு சிறு பாறைகளாக உடைக்கவேண்டும். அச்சிறு பாறைகளை இன்னமும் சிறிய அளவில் உடைக்கவேண்டும். பின் அவற்றைப் பொடியாக்கவேண்டும். அதில் ஈரம் இருக்கும். எனவே உலர்த்தவேண்டும். உலர்த்தியதைப் பொடியாக்கி மேலே இருந்து கீழ் நோக்கிப் 'பொல பொல' என்று உதிரும்படிக் கொட்ட வேண்டும். அப்படிக் கீழே விழும் பொடியின் அருகில் சக்திவாய்ந்த காந்தங்களை உயரத்துக்கு ஏற்றவண்ணம் பல்வேறு ஈர்ப்பு சக்திகளோடு வைத்தால் காந்தம் இரும்புத்தாதுவை மட்டும் இழுக்கும். காந்தத்தின் சக்தி சற்றுத்தொலைவு வரை ஈர்க்கப்படுவதாக இருக்கும். அப்படி ஈர்க்கப்பட்ட இரும்புத்தூள் புவி ஈர்ப்புச் சக்தியால் கீழே சற்றுத்தொலைவில் விழும். மண் பொடி வேறிடத்தில் விழும். தனியாக விழுந்த இரும்புத்தாது உலர்த்தப்பட்டு மீண்டும் சுத்திகரிக்கப்படும். இதுதான் எடிசனின் திட்டம்.

திட்டம் நன்றாகத்தான் இருக்கிறது, ஆனால் செயல்படுத்த வேண்டுமே! முதலில், குறைந்த செலவில் வெட்டி எடுப்பது. அது ஒருவழியாக நிறைவேறியது. பாறைகளை பல்வேறு

பருமனில் உடைக்கும் கருவிகளையும் எடிசன் உருவாக்கினார். பொடியாக்கும் கருவி, உலர்த்தும் கருவி எல்லாம் தயார். எடிசன் நிறுவிய தொழிற்சாலையைச் சுற்றி இருக்கும் பகுதியில் தரைக்குக் கீழே 20 கோடி டன் இரும்புத்தாது கிடைக்கும் என்று எடிசன் கணக்கிட்டார். தாது இருப்பதாகக் கண்டுபிடிக்கப்பட்ட பகுதியில் 16,000 ஏக்கர் நிலப்பரப்பை வாங்கினார்.

இயந்திரங்களை அதிகம் பயன்படுத்தி மனித உழைப்பைக் குறைவாகக் கொண்டு செயல்பட்டால் நல்ல லாபம் கிடைக்கும் எனத் தீர்மானித்து அவ்வழியில் இயந்திரங்களை உருவாக்க முனைந்தார். மலையைக் வெட்டி எடுத்து, இயந்திரத்தால் உடைத்து, உடைத்ததை மீண்டும் மீண்டும் உடைத்துப் பொடி யாக்குவதில் எடிசனின் இயந்திரங்கள் திறம்படச் செயல்பட்டன. புவி ஈர்ப்புச் சக்தியையும் துணைக்குச் சேர்த்துக்கொண்டதால் மின்சாரச் செலவு குறைந்தது.

ஒருமணி நேரத்துக்கு 250 டன் பாறையை உடைக்கும் திறன் கொண்ட இயந்திரமும், 350 டன் பொடியை உலர்த்தும் இயந்திர மும் நிறுவினார். எல்லாம் பெரிய அளவிலேயே செய்யப்பட்டன.

இரும்புத் தாதுவை உலர்த்தும் உலை 9 அடி ஆழமும் 90 அடி உயரமும் கொண்டது. அதில் மேலிருந்து கீழே இரும்புத்தாது இறங்கும். ஒருநாள் ஏதோ அடைப்பின் காரணமாக இரும்புத்தாது இறங்கவில்லை. அந்த உலையின் கீழே பழுதுபார்ப்பதற்கு வசதியாக இரண்டுபேர் உள்ளே நுழைந்து செல்லும் அளவுக்கு ஒரு பொந்து இருந்தது. அந்தப் பொந்துக்குமேல் ஒரு தடுப்பு. என்னென்வென்று பார்க்கலாம் என்று எடிசனும் மால்லரியும் பொந்துக்குள் சென்றார்கள். திடீரெனத் தடுப்பு விலகி இருவரும் இரும்புத்தாதுக் குவியலில் மூழ்கிப்போனார்கள். பக்கத்தில் பல ஊழியர்கள் இருந்ததால் உடனே செயற்பட்டு எடிசனையும் மால்லரியையும் வெளியே இழுத்தனர். சற்றுத் தாமதித்திருந் தால்கூட இருவரும் மூச்சுத் திணறி இறந்திருக்கக்கூடும்.

அந்த உலர் உலையில் பொடி கீழே விழும்போது மேலே இருக்கும் சக்தி குறைந்த காந்தம் மிகச் சுத்தமான இரும்பை இழுக்கும். கலவையான தாது கீழே போகப் போகப் படிப் படியாகச் சக்தி மிகுந்த காந்தங்களால் ஈர்க்கப்படும். இப்படிச் சேர்க்கப்பட்ட இரும்புத்தூள் மேலும் சுத்திகரிக்கப்பட்டு 93% தூய்மையானதாகப் பெறப்படும்.

பிரிக்கப்பட்ட மண் கட்டட வேலைகளுக்காக விற்கப்பட்டது. பொடியாக்கப்பட்ட இரும்புத் துகளை அப்படியே வாங்க இரும்புத்தொழிற்சாலைகள் மறுத்தன. அவற்றைத் திறந்த வாகனங்களில் அனுப்பமுடியது. அதுமட்டுமல்ல, அவை வெவ் வேறு இடங்களுக்கு அனுப்பப்படும் போது உலர்ந்த தன்மை போய்விடும். எனவே அவற்றைக் கட்டிகளாக மாற்றி அனுப்பி னால் வாங்கிக் கொள்கிறோம் என்றனர். ஒரு டன் ஆறரை டாலருக்கு வாங்கிக்கொள்வதாகச் சொன்னார்கள். நான்கு டாலர் வரை அடக்க விலையாகும். டன்னுக்கு இரண்டரை டாலர் லாபம் கிடைக்கும்.

இரும்புத்துகள்களைக் கட்டிகளாக மாற்றும்போது அவை நீரை உறிஞ்சாதவையாக, அதேசமயம் சிறுசிறு துளைகள் கொண்ட வையாக, போக்குவரத்து அதிர்ச்சியில் உடையாதவையாக, அதேசமயம் கையாளக்கூடிய அளவுக்குச் சிறியனவாக அமைய வேண்டும் என்பது நிபந்தனை. எடிசன் சளைக்கவில்லை. இரும்புத்துகளை இணைக்கும் ஒரு புதிய பொருளைக் கண்டு பிடித்தார். அவர்கள் கேட்டவண்ணம் மூன்றரை அங்குல விட்டமும் ஒன்றரை அங்குல நீளமும் உள்ள துண்டுகளாக உருவாக்கினார்.

இரும்புத் தாதுவைக் கட்டிகளாக மாற்றும் கருவியில் ஓர் இழுகம்பி 4 அடி நீளமும் ஓரங்குலம் விட்டமும் கொண்டது ஒரு ஸ்ப்ரிங்குடன் இணைக்கப்பட்டிருந்தது. எடிசன் அதன் அருகே வேலை செய்து கொண்டிருந்தபோது ஒரு வாஷர் பிய்ந்து போனதால் அந்த ஸ்பிரிங் விடுபட்டு இரும்புக்கம்பி கட்டடத் தின் மேல்கூரையை நோக்கிப் பாய்ந்து வேகமாகக் கீழே இறங்கியது. நல்ல வேளையாக எடிசனின் மூக்கிலிருந்து ஓரங்குல தூரத்தில் வேகத்துடன் கீழிறங்கி சற்று உயரத்தில் இருந்த இரண்டங்குலப் பருமனுள்ள மரப்பலகையைத் துளை போட்டுச் சென்றது. எடிசன் தப்பிப் பிழைத்தார்.

இவ்வளவும் நடந்துகொண்டிருந்தபோது இடியென ஒரு செய்தி வந்தது. மின்னசோட்டா மாகாணத்தில் மசாபா மலைப்பகுதியில் உயர் ரக இரும்புத்தாது மிக அதிக அளவில் வெட்டியெடுக்கப் பட்டதால் இரும்பின் விலை மூன்றரை டாலர்களாகக் குறைந்தது. பாவம் எடிசன்! அப்பொழுதுதான் உற்பத்தி செய்து சிறுசிறு இரும்புக்கட்டிகளாக விற்பதற்குத் தயாராக வைத்திருந் தார். விற்பதற்குள் விலை வெகுவாகக் குறைந்துவிட்டது.

இரும்பு உற்பத்தித் தொழிற்சாலையில் தாம் அதுவரை சம்பாதித்திருந்த பணம் அனைத்தையும் முதலீடு செய்திருந்தார். அவரது மற்ற கண்டுபிடிப்புகளைத் தயாரிப்பதில் பலர் கூட்டுச் சேர்ந்திருந்தனர். ஆனால் இரும்புத்தாதுத் தொழிற்சாலையில் எடிசனின் சக ஊழியர்கள் ஒருசிலரும் ஓரிரு நண்பர்களும் மட்டுமே சிறிய அளவில் இணைந்திருந்தனர். எடிசனே பெரும் பங்கு முதலீடு செய்திருந்தார். அதற்காக ஜெனரல் எலெக்ட்ரிக் கம்பெனியில் தான் வைத்திருந்த பங்குகள் அனைத்தையும் விற்றார். ஊழியர்களுக்குச் சம்பளம் கொடுக்க இயலாத அளவுக்கு நிலைமை மோசமாகிவிட்டது.

அந்த நிலையில் அவரது நிறுவனத்தில் வேலை செய்துவந்த ஒருவன் கள்ளக் கையெழுத்திட்டு வங்கியிலிருந்து $3,000 பணத்தை எடுத்துக்கொண்டு தலைமறைவாகிவிட்டான். அவனுடைய கண்காணிப்பாளர் மால்லரி இதையறிந்து எடிசனிடம் வந்து சொன்னபோது எடிசன் சொன்னார்: ''மால்லரி, உடனே வங்கிக்குச் சென்று அதன் தலைவரைச் சந்தியுங்கள். கள்ளக் கையெழுத்திட்ட காசோலைக்கு அவர்கள் பணம் கொடுத்தது தவறென்றும், பணத்தை ஈடு செய்வது அவர்கள் பொறுப்பென்றும் கூறுங்கள். அவர்கள் ஒப்புக்கொண்டால் அவர்களிடம் நாணயமில்லாத ஓர் ஊழியரைப் பணிக்கமர்த்திய தவறுக்குத் தண்டனையாக அந்த இழப்பை நாமே ஏற்பதாகவும் வங்கி எதுவும் தரவேண்டாம் என்றும், வங்கி நஷ்டமடைவதை நான் விரும்பவில்லை என்றும் சொல்லுங்கள்.''

''மிஸ்டர் எடிசன், சம்பளம் கொடுக்கக்கூட நம்மிடம் பணம் இல்லை. இந்த நிலையில்...'' என்று இழுத்தார் மால்லரி.

''கவலைப்படாதீர்கள். சமாளித்துக் கொள்ளலாம். ஆனால் வங்கியின் நல்லெண்ணம் நமக்குக் கிடைக்கும். அதைப் பின்னாளில் தேவைப்படும் போது பயன்படுத்திக் கொள்ளலாம்'' என்றார் எடிசன்.

அவர் சொன்னது போலவே வங்கித் தலைவர் எடிசனின் மிக நெருங்கிய நண்பரானார். அவர் மூலம் எடிசனுக்குப் பல உதவிகள் கிடைத்தன.

மூன்றரை டாலருக்கும் வாங்குவாரின்றி இரும்புத் துண்டுகள் தேங்கிக்கிடந்தன. அந்தத் தொழிற்சாலையால் எடிசனுக்கு

எடிசன்: கண்டுபிடிப்புகளின் கதாநாயகன் • 121

இரண்டு லட்சம் டாலர் இழப்பு. அதுதவிர ஆயிரக்கணக்கான டாலர் கடன். தனக்குக் கடன் கொடுத்தவர்களும் தன்னுடன் கூட்டுச் சேர்ந்திருந்தவர்களும் நஷ்டப்படக்கூடாது, எப்படி யாவது அவர்கள் இழந்த பணத்தைத் திருப்பிக்கொடுத்து விடவேண்டும் என்பதில் எடிசன் உறுதியாக இருந்தார். அந்தக் கவலைதான் அவரை வாட்டியது. இரும்புத்தாதுவைப் பிரிக்கும் தொழிற்சாலையில் கிடைத்த அனுபவம் விலைமதிப்பற்றது. அந்த இயந்திரங்களையும் பெற்ற அனுபவத்தையும் கொண்டு வேறொரு தொழில் தொடங்குவேன் என்றார் எடிசன்.

அவருடைய சக ஊழியர் மால்லரியுடன் ஒருநாள் ரயிலில் சென்று கொண்டிருந்தபோது, மால்லரி ஒரு பத்திரிகை வாங்கினார். அதில் ஜெனரல் எலெக்ட்ரிக் கம்பெனியின் பங்கு 350 டாலருக்கு விற்பதாகக் கண்டிருந்தது. எடிசனிடம் அதைக் கட்டினார். எடிசனின் வலது புருவம் மேலே உயர்ந்தது. அப்படிச் செய்தால் ஏதோ சிந்தனையில் இருக்கிறார் என்று பொருள். பிறகு ''மால்லரி, என்னுடைய ஜி.இ பங்குகளை நான் விற்கா திருந்திருந்தால் இப்பொழுது என்னிடம் எவ்வளவு பணம் இருந்திருக்கும்!'' என்று கேட்டார்.

மால்லரி கணக்கு பார்த்து 4 மில்லியன் டாலர் என்றார்.

''ஆமாம், நாம் இத்தனை காலமும் அதைச் செலவு செய்து மகிழ்ந்திருக்கிறோம்'' என்றார் எடிசன்.

அந்த இரும்புத் தொழிற்சாலை மூடப்பட்டது. மூன்று ஆண்டு களுக்குள் எடிசன் தனது கடன் முழுவதையும் அடைத்தார். இரும்புத்தொழிற்சாலை தந்த அனுபவம் போர்ட்லாண்ட் சிமெண்ட் தயாரிப்பில் அவரை ஈடுபடுத்தியது.

•

''ஒரு மணி நேரத்துக்கு 400 பேரல்கள்தான் கிடைக்கின்றன'' என்றார் மால்லரி.

''போதாது போதாது போதாது, 1000 பேரல்கள் எனது இலக்கு. எண்ணெய்ப்பசை தானாகத்தானே கொடுக்கப்படுகிறது?'' என்று கேட்டார் எடிசன்.

''ஆமாம்.''

"நமது ஆள்களை வெறுமனே பார்த்துக்கொண்டிருக்கச் சொல்லுங்கள். தானாகப் பசையிடுவது தடைப்பட்டால் நம்மிடம் சொல்லவேண்டும். அவர்களாக ஏதும் செய்யக்கூடாது."

"சரி."

"சிமெண்ட் பாறையும் சுண்ணாம்புக்கல்லும் சரியான விகிதத்தில் செல்கின்றனவா?"

"இயந்திரம், தானே கலக்குகிறது. சிலசமயங்களில் நமது ஆள்களைக்கொண்டும் கலக்கச் சொல்கிறோம்."

"கூடாது, கூடவே கூடாது. அடுத்தவனுடைய பொம்பளை அழகாயிருக்கிறாள் என்ற நினைப்பிலேயே கோட்டை விட்டு விடுவான். இயந்திரங்களால் தானாகவே நடக்கட்டும்" என்றார் எடிசன்.

"சரி, சுற்றிப் பார்க்கலாம் வாருங்கள்" என்றார் மால்லரி.

எடிசனும் மால்லரியும் புதிதாக நிறுவியுள்ள போர்ட்லாண்ட் சிமெண்ட் தொழிற்சாலையைப் பார்வையிட்டனர். போகிற வழியெல்லாம் எடிசன் ஏதேதோ கேள்விகள் கேட்டுக்கொண்டே வந்தார். சுற்றிப்பார்க்க இரண்டுமணி நேரத்துக்கு மேலாயிற்று.

"சரி மால்லரி. நாளைக்குப் பிற்பகல் என்னை வீட்டில் வந்து பாருங்கள். நான் போய்வருகிறேன்" என்று சொல்லிவிட்டுச் சென்றார்.

சுற்றிப்பார்க்கும் போது எந்தக் குறிப்பும் எடுக்கவில்லை எடிசன். ஆனால் அவருடைய நினைவுத் திறன் அபாரமானது. வீட்டுக்குப் போனவர் இரவு முழுவதும் தூங்கவில்லை. என்னவெல்லாமோ சிந்தனை. வரைபடங்கள் போட்டுப்போட்டு அழித்தார். 600 பொருள்களை தனது நினைவிலிருந்து பட்டியலிட்டார். காலையிலும் தொடர்ந்து எழுதிக்கொண்டேயிருந்தார். பிற்பகல் மால்லரி அவரைப் பார்க்கப் போனார். அவரிடம் எடிசன் ஒரு காகிதக் கற்றையைக் கொடுத்தார்.

"இதில் உள்ளதுபோல் கருவிகளையும் அளவையும் மாற்றி யமைக்கச் சொல்லுங்கள். நிச்சயமாக மணிக்கு ஆயிரம் பேரல் கிடைக்கும்" என்றார்.

எடிசன்: கண்டுபிடிப்புகளின் கதாநாயகன் ● 123

''அது எப்படி அவ்வளவு நிச்சயமாகச் சொல்லுகிறீர்கள்'' என்று கேட்டார் மால்லரி.

''எனக்கே தெரியாது. ஆனால் நிச்சயம் கிடைக்கும்.''

இது எடிசனது தனி முத்திரை. எடிசனுடன் பணிபுரிந்த ஒருவர் எடிசனின் இந்த குணத்தைப் பற்றி விரிவாக எழுதியிருக்கிறார். அவர் சொல்கிறார்:

''யூகிப்பதில் எடிசனுக்கு நிகர் எடிசன்தான். நாங்கள் ஒரு திட்டத்தைப் பலமுறை செயல்படுத்த முயற்சி செய்து தோற்றிருப்போம். அதை எடிசனிடம் கொடுத்தால் நாங்கள் தொடர்ந்த அதே வழியில்தான் அவரும் செல்வார். இதைத் தானே நாமும் செய்தோம் என்று எண்ணிக் கொண்டிருக்கும் போது அதில் ஒரு சிறு மாற்றத்தைச் செய்வார். அந்தச் சோதனை வெற்றி பெற்றுவிடும். அந்த மாற்றத்தைச் செய்யவேண்டும் என்று எப்படித் தோன்றியது என்று கேட்டால் 'எனக்குத் தெரியாது. ஏதோ தோன்றியது செய்தேன்' என்பார். அப்படித் தோன்றுவது இறையருளா என்று கேட்டால் 'இல்லை' என்று சொல்வார்.''

''மிஸ்டர் எடிசன், இந்தத் தொழில் செய்யும் பல தொழிற்சாலை களையும் சென்று பார்த்துவிட்டேன். அங்கெல்லாம் அதிகபட்சம் மணிக்கு இருநூறு பேரல்கள்தான் கிடைக்கின்றன. நீங்கள் அளவுக்கு அதிகமாக எதிர்பார்க்கிறீர்களோ என்று தோன்று கிறது'' என்றார் மால்லரி.

''அவர்கள் 'தாமஸ் ஆல்வா எடிசன்' அல்லர். அதைப் புரிந்து கொள்ளுங்கள். நான் குறிப்பிட்டிருக்கும்படிச் செய்யுங்கள். அதுபோதும்'' என்றார் எடிசன்

''முயற்சி செய்து பார்க்கிறேன்'' என்றார் மால்லரி.

''மால்லரி, அவர்கள் வைத்திருக்கும் சூளைகளெல்லாம் சிறியன. 60 அடி உயரமும் 6 அடி விட்டமும்தான். ஆனால் என் சூளைகள் அப்படியா? 150 அடி உயரமும் 9 அடி விட்டமும் வைத்திருக் கிறேன். நிச்சயம் எனக்கு ஆயிரம் கிடைக்கும்'' என்றார் எடிசன்.

மறுநாள் எடிசனின் அறிவுரைப்படி மாற்றியமைத்தனர். அன்று மணிக்கு 900 பேரல் கிடைத்தது. மறுநாள் 1,000 கிடைத்தது.

மூன்றாவது நாள் 1,100 பேரல் கிடைத்தது. எடிசனின் எதிர் பார்ப்பையும் மீறிய விளைவு அது. அவருடைய உள்ளுணர்வு அவரைச் சரியான முடிவுக்குத் தூண்டியது. எடிசனின் திறமையை வியந்தார் மால்லரி. அவருடைய தொழிற்சாலையில் உற்பத்தி செய்த சிமெண்டில் 85 சதவிகிதம் தூய்மையிருந்தது, மற்றவர்கள் 75 சதவிகிதத்தை எட்டவே போராடிக்கொண்டிருந்தனர்.

எடிசனுடைய மனத்தில் வீடுகட்டி வாழமுடியாத ஏழை மக்களுக்காக ஏதாவது செய்யவேண்டும் என்று தோன்றியது. எனவே அவர்களுக்காக முன்னாலேயே எல்லாவற்றையும் தயாராக வைத்துக் கட்டும் காங்க்ரீட் வீடுகளைக் கட்டிக்கொடுக்கத் திட்டமிட்டார். எதையும் தனித்தனியாகக் கட்டாமல் கட்டடத்தின் அச்சு (மோல்டு) ஒன்றைத் தயாரித்துக்கொண்டு இரும்புக் கம்பிகளை இணைத்து காங்க்ரீட் கலவையை ஊற்றி ஒரே மோல்டாக வீடுகட்ட எண்ணினார். அதிக அளவில் கட்ட நேர்ந்தால் $1,200-க்குள் ஒரு வீடு கட்டமுடியும் என்று சொன்னார். மொத்தமாகப் பணம் கொடுத்து வாங்கமுடியாத ஏழைகளுக்கு அவரே கட்டடம் கட்டிக்கொடுத்து மாதம் $10-க்கு வாடகைக்கு விட ஏற்பாடு செய்தார்.

முதலில் கட்டிய ஓரிரு கட்டடங்கள் காங்க்ரீட் கலவை காய்ந்ததும் வெளிச்சுவர்கள் சற்றுக் கரடு முரடாக இருந்தன. பிறகு அதையும் சீர்ப்படுத்தி ஒரு மூன்றுமாடிக் கட்டடத்தை அடித்தளத்தோடு சேர்த்து 6 மணி நேரத்தில் மோல்டில் ஊற்றித் தயார்செய்தார். அந்தச் சுவர்கள் சமதளமாக நேரடியாக வண்ணம் பூசும் வண்ணம் அமைந்தன. கலவை ஊற்றியபிறகு காய்வதற்கு ஆறுநாள்கள். காய்ந்தபிறகு மாடிப்படியோடும் படுக்கையறை, கழிப்பறைகளோடும் இரட்டைமாடி வீடு தயார். மின் இணைப்புக் குழாய்கள் முதலிலேயே பதிக்கப்பட்டிருக்கும். 40 அடிக்கு 60 அடி நிலத்தில் 25 அடிக்கு 35 அடி வீடு சகல வசதிகளுடனும் கட்ட $1,220 ஆகும்.

எடிசன் சொன்னார்: ''மரவீடுகள் உளுத்துப்போகும், செங்கற்கள் சிதைந்துபோகும். கல் உடைந்துபோகும். ஆனால் சிமெண்ட் காங்க்ரீட் வீடுகள் அழிக்கமுடியாதவை.''

இப்படிக் கட்டினால் எல்லா வீடுகளும் ஒரே மாதிரி இருக்கும் என்று பத்திரிகைகள் எழுதின. எனவே எடிசன் அலங்கார வளைவுகளோடு சில புது மாதிரிகளை உருவாக்கினார்.

ஏதாவது தொழில் நிறுவனம் அத்தகைய வீடுகளைக் கட்ட முன் வந்தால் தான் கட்டிக் கொடுப்பதாகவும் ஆகும் செலவை மட்டும் கொடுத்தால் போதும், தனக்கு எந்த லாபமும் வேண்டாம் என்றும் கூறினார். ஆனால் அது எடிசன் தன் சிமெண்டை விற்பதற்கான தந்திரமான திட்டம் என்று சிலர் கூறினர்.

''என்னுடைய சிமெண்டைத்தான் பயன்படுத்தவேண்டிய அவசியமில்லை. எந்தச் சிமெண்டைக் கொடுத்தாலும் கட்டித் தருகிறேன்'' என்றார்.

எடிசன் தயாரித்த சிமெண்ட் மற்ற கம்பெனிகளின் சிமெண்டை விடத் தரத்தில் சிறந்திருந்ததால் 1922-ல் நியூ யார்க் ப்ராங்ஸில் உள்ள புகழ்பெற்ற யாங்கி ஸ்டேடியத்தைக் கட்ட எடிசனின் சிமெண்டைத்தான் பயன்படுத்தினர்.

எடிசன் கான்கிரீட் வீடு கட்டுவதோடு நிறுத்தவில்லை. காங்க்ரீட் மேஜைகள், நாற்காலிகள், கான்கிரீட் பியானோ, ஃபோனோ கிராஃப், கான்கிரீட் அலமாரிகள் எனப் பலவகைப் பொருள் களும் தயாரித்தார். ஆனால் அவை மரச்சாமான்களைவிட விலை அதிகமாக இருந்ததால் அவ்வளவாக விற்கவில்லை.

16

''உங்களைப் பார்ப்பதற்காக எட்வெர்ட் மய்பிரிட்ஜ் வந்திருக்கிறார். அவரை வரச்சொல்லவா?'' என்று கேட்டார் பேச்சிலர்.

''மய்பிரிட்ஜா, அவர் பெரிய போட்டோக்ராபர். கலிஃபோர்னியாவின் முன்னாள் கவர்னர் லேலண்ட் ஸ்டான்ஃபோர்ட் அவரிடம் ஒரு சவால் விட்டார். குதிரை ஓடும்போது ஒரு காலாவது தரையைத் தொட்டுக்கொண்டிருக்குமா அல்லது எல்லாக் கால்களும் ஒரே நேரத்தில் தரையில் படாமல் மேலே இருக்க முடியுமா? அதைப் படமெடுத்து நிரூபிக்க முடியுமா'' என்று கேட்டார். எவ்வளவு பணம் செலவானாலும் பரவாயில்லை என்றார் கவர்னர். மய்பிரிட்ஜ் அந்தச் சவாலை ஏற்று பல கேமராக்களை வைத்து ஒரு குதிரை ஓடும்போது படம் பிடித்து எந்தக் கணத்திலும் குதிரையின் ஒரு காலாவது கீழே தரையில் பதிந்து இருக்கும் என்று நிரூபித்தார். அந்தப் படம் உலகப் பிரசித்தி பெற்றது. மிகத் திறமைசாலி அவர். அவரை உடனே அழைத்துவாருங்கள்'' என்றார் எடிசன்.

மய்பிரிட்ஜ் உள்ளே வந்தார்.

''வாருங்கள், உங்களுடைய ஸூப்ராக்ஸிகோப் (Zoopraxiscope) பற்றிக் கேள்விப்பட்டிருக்கிறேன்'' என்றார் எடிசன்.

''இதோ அந்தக் கருவி ஒன்றை உங்களுக்காகக் கொண்டு வந்திருக்கிறேன், பார்க்கலாமா?'' என்றார் மய்பிரிட்ஜ்.

''உங்கள் குதிரை ஓட்டப் படமும் பிரபலம்'' என்றார் எடிசன்.

''இதோ பாருங்கள். இதுதான் அது'' என்றார் மய்பிரிட்ஜ்.

"கொஞ்சம் இருங்கள். இதில் மிகவும் ஆர்வமுள்ள டிக்சனையும் அழைக்கிறேன். பேச்சிலர், டிக்சனை வரச்சொல்லுங்கள்" என்றார் எடிசன்.

சிறிது நேரத்தில் டிக்சன் வந்தார்.

மய்பிரிட்ஜ் அந்தக் கருவியை மேஜைமேல் வைத்தார். ஒரு வட்டத்தட்டில் வரிசையாகப் புகைப்படங்கள் ஒட்டப்பட்டி ருந்தன. ஒரு பறவை பறப்பதன் படிப்படியான இயக்கத்தை அடுத்து அடுத்துக் காட்டும் புகைப்படங்கள் அவை. அந்தத் தகட்டை ஒரு கைப்பிடி கொண்டு சுழற்றி அக்கருவியின் முன்னுள்ள துவாரத்தின் வழியாகப் பார்க்கும்போது அந்தப் பறவை பறப்பதைப் போலத் தெரிந்தது.

கண்ணினுடைய இருத்தும் திறனை அடிப்படையாகக் கொண்டு எடுக்கப்பட்ட படங்கள். ஒரு வினாடிக்குப் பத்துப்படங்களை அடுத்தடுத்துப் பார்க்கும் கண் எல்லாப்படங்களையும் ஒரே அசையும் படமாகப் பார்க்கிறது. இடைவெளி எதுவும் தெரிவ தில்லை. கண் தனக்குத் தெரியும் காட்சியைச் சிறிது நேரம் நிறுத்தி வைக்கும் திறன் கொண்டது. தொடர்ந்த இயக்கத்தைப் படம் பிடித்திருந்தால் அந்த இயக்கத்தை ஒரே அசையும் படமாகப் பார்க்க முடியும்.

"மிக நன்றாக இருக்கிறது. எல்லாப் படங்களையும் ஒரே கேமராவிலா எடுத்தீர்கள்."

"இல்லை, பல கேமராக்களை வைத்து எடுத்தேன். பத்து வினாடி இயக்கத்துக்கு நூறு கேமராக்கள் தேவை" என்றார் மய்பிரிட்ஜ்.

"பறவை பறப்பதை எங்களால் பார்க்க முடிகிறது. எனது வாழ்த்துகள்" என்றார் எடிசன்.

"உங்கள் வாழ்த்துக்கு நன்றி. உங்கள் ஃபோனோகிராஃப் சிறப்பாகப் பேசப்படுகிறது. உங்கள் ஒலியையும் என்னுடைய ஒளியையும் இணைத்து ஒரு புதிய கருவி செய்தால் இயங்கும் பேசும்படத்தை நாம் உருவாக்கலாம். அதற்காக உங்களோடு வியாபாரம் பேச வந்திருக்கிறேன்" என்றார் மய்பிரிட்ஜ்.

"எனக்குக் கொஞ்சம் கால அவகாசம் தேவை. பல கேமராக்களை வைத்து ஓர் இயக்கத்தை எடுப்பதற்குப் பதிலாக ஒரே கேமராவை

வைத்துப் பல இயக்கங்களை எடுக்கமுடியுமா என்று பார்க்க வேண்டும்'' என்றார் எடிசன்.

''மிஸ்டர் எடிசன். நான் முயற்சி செய்து பார்த்துவிட்டேன். அது சாத்தியப்படாது'' என்றார் மய்பிரிட்ஜ்.

''மிஸ்டர் மய்பிரிட்ஜ், எதையும் சாத்தியப்படாது என்று ஒதுக்கும் பழக்கம் என்னிடம் இல்லை. வாய்மொழியாகக் கேட்டோ படித்தோ விட்டுவிடமாட்டேன். எனவே ஆராய்ந்து பார்த்து விட்டு முடியவில்லையென்றால் நிச்சயம் நாம் கூட்டுச் சேர்ந்து கொள்ளலாம்'' என்றார் எடிசன்.

1884-ம் ஆண்டு பிரான்ஸைச் சேர்ந்த ட்யூகஸ் என்பவர் சொன்னார்: ''நான் கண்டுபிடிக்கப் போகும் கேமரா, காட்சியை நிறுத்தி வைக்கும். கண்ணின் தன்மையைப் பயன்படுத்தி, இயற்கை நிகழ்வுகளைப் படம் பிடித்துக்காட்டும். நகர்ந்து செல்லும் ஊர் வலங்கள், ராணுவப் படைநடப்பு, யுத்தகளம், மேடை நாடகம், பலர் ஆடும் நாட்டியம், அலையாட்டம், முகில் ஓட்டம், எரி மலைச் சீற்றம் ஆகியவற்றை அப்படியே படம்பிடிக்க முடியும்.''

அவர் சொன்னதை எடிசன் நிறைவேற்ற முனைந்தார்.

மய்பிரிட்ஜ் சென்றவுடன் எடிசன் டிக்சனிடம் ''மிஸ்டர் டிக்சன், நீங்கள் சிறந்த புகைப்பட நிபுணர். எனவே இந்தப் பொறுப்பை நான் உங்களிடம் ஒப்படைக்கிறேன். உங்களுக்கு இதில் ஆர்வம் அதிகம் என்பது எனக்குத் தெரியும். சார்லஸ் பிரௌன் உங்களுக்கு உதவுவார்'' என்றார்.

''என்மேல் நம்பிக்கை வைத்து இப்பொறுப்பைக் கொடுத்திருக் கிறீர்கள். நிச்சயம் நிறைவேற்றுவேன் என்ற நம்பிக்கை இருக்கிறது. நீங்கள் ஐரோப்பா சென்று வருவதற்குள் இதைச் செயலாக்கிக் காட்டுகிறேன்'' என்றார் டிக்சன்.

எடிசன் தனது ஒளிப்பதிவுக் கருவியைப் பதிவு செய்யுமுன் அந்தப்பதிவு மனுவில் ''எனது ஃபோனோகிராஃப் காதுக்கு ஒலிகொடுக்கிறது, அதைப்போல கண்ணுக்கு ஒளிகாண்பிக்கும் கருவியை நான் செய்வேன்'' என்று எழுதியிருந்தார்.

எடிசன் தான் கண்டுபிடிக்கப் போகும் கருவிக்கு கைனடாஸ் கோப் என்று பெயர் கொடுத்தார். ஐரோப்பியாப் பயணம் சென்றிருந்தபோது அங்கே புதுவகையான ஒளிநாடா பயன்

படுத்தப்படுவதைப் பார்த்தார். ஈஸ்ட்மேன் நிறுவனத்துடன் தொடர்புகொண்டு எமல்ஷன் பூசிய புதுவகையான ஒளி நாடாவை உருவாக்க ஏற்பாடு செய்தார். ஈஸ்ட்மேன் நிறுவனம் எடிசனுடைய நிறுவனத்தோடு ஒத்துழைத்தது. டிக்சன் பல நாடாக்களை வாங்கிச் சேகரித்துவைத்தார்.

எடிசன் ஐரோப்பியப் பயணத்திலிருந்து திரும்பி வந்தவுடன் டிக்சன் தான் தயாரித்த ஒளிப்படம் ஒன்றை அவருக்குக் காட்டினார். அதில் ஃபோனோகிராஃப் கருவிமுன் டிக்சன் நின்று கொண்டு வயலின் வாசிக்கையில் இரண்டு பேர் நடனம் ஆடுகிற காட்சியைப் படம் பிடித்திருந்தார். பத்து வினாடிகள் ஓடும் அந்தப் படம்தான் முதன்முதலில் பதிவுசெய்யப்பட்ட படம். அதற்கு முன்னால் விளையாட்டாக எடிசனுடைய ஊழியர் ஒருவர் தும்முவதைப் படம்பிடித்திருந்தனர். ஆனால் இயங்கு படமாகப் பதிவு செய்யப்படாமல் தொடர் புகைப்படங்களாகப் பதிவு செய்யப்பட்டிருக்கிறது.

டிக்சன், எடிசனின் ஆலோசனையின் பேரில் கைனடோஸ்கோப் கருவியை உருவாக்கினார். அவருக்கு வில்லியம் ஹைஸ் என்பவரை உதவியாளராகச் சேர்த்தார் எடிசன்.

முதன்முதல் உருவாக்கப்பட்ட இயங்குபடக் கருவி 1891 மே மாதம் 20-ம் நாளன்று மக்களுக்குக் காட்டப்பட்டது. அதில் பார்ப்பதற்கு ஒரு சிறு துளையிருக்கும். 18 மி.மீ. நாடா பயன் படுத்தப்பட்டது. மேலே பொருத்தப்பட்டிருக்கும் லென்ஸ் வழியாக ஓடுகிற படத்தைப் பார்க்க முடியும்.

எடிசனுடைய நிறுவனத்தில் தயாரிக்கப்பட்ட இந்த கைனடாஸ் கோப் அதிக அளவில் விற்பனையானது. ஐந்து சென்ட் போட்டால், ''பாரு பாரு பட்டணம் பாரு, பயாஸ்கோப்புப் படத்தைப் பாரு'' என்பதைப்போல ஓடுகிற படத்தைப் பார்க்க முடியும். இதற்காகச் சிறுசிறு படங்கள் தயாரிக்கப்பட்டு அவற்றைப் பொதுமக்கள் பார்ப்பதற்காக கைனடாஸ்கோப் பெட்டிக்கடைகள் நியூ யார்க்கில் பல இடங்களில் நிறுவப் பட்டன. ஆரம்பத்தில் மணிக்கணக்கில் வரிசையில் நின்று மக்கள் பத்து வினாடிகள் ஓடும் படங்களைப் பார்த்தார்கள். சிலசமயங் களில் கூட்டம் கட்டுக்கடங்காமல் போனதும் உண்டு. அதனால், கைனடாஸ்கோப் பல இடங்களில் நிறுவப்பட்டது. அவை எல்லாமே பேசாத் படங்கள்தான். எடிசன் அதற்காகவே அரை

குறையாடைப் பெண்களின் படங்களை அதிகமாக வாங்கி அவற்றை இணைத்துக் கவர்ச்சிப் படங்களை ஓடவிட்டதும் உண்டு.

ஒளிப்படங்கள் தயாரிப்பதற்காக தனது சோதனைச்சாலை அருகே எடிசன் ஒரு படப்பிடிப்பு நிலையத்தைக் கட்டினார். எல்லாப் பக்கங்களிலும் கறுப்பு வண்ணம் பூசப்பட்டிருந்ததால் அதற்கு 'கறுப்பு மரியா' (Black Maria) என்று பெயர் கொடுத்தார். அதில் மேல்கூரை மூடித்திறக்கும்படி அமைக்கப்பட்டிருந்தது. வெய்யில் நன்கு காயும் சமயத்தில் அந்த மேல்கூரை திறக்கப் பட்டு காட்சிகள் படமாக்கப்படும். ஆர்க் விளக்குகளும் எடிசனின் மின்விளக்குகளும் பயன்படுத்தப்பட்டன. அந்தப் படப்பிடிப்பு நிலையத்துக்குப் பல பெரிய நாடக நடிகர்களை வரவழைத்து நடிக்கவைத்தார்.

இதற்கிடையில் எடிசனோடு தோளோடு தோள் நின்று படங்கள் தயாரிப்பதில் ஈடுபட்ட டிக்சன் எடிசனுக்குத் தெரியாமல் வேறொரு நிறுவனத்துக்கு உதவியது கண்டுபிடிக்கப்பட்டது. எடிசன் அவரைப் பணியிலிருந்து நீக்கினார்.

எடிசனுடன் பணிபுரியும் சக ஊழியர் அவரது சோதனைச் சாலையில் எதைக் கண்டுபிடித்தாலும் அது எடிசனின் பெயரில் தான் வெளியாகும். சக ஊழியருக்கு அந்தக் கௌரவம் கொடுக்கப்படுவதில்லை. அதனால் வெறுப்படைந்து பலர் எடிசனை விட்டு நீங்கியது உண்டு. அவரிடமிருந்து விலகிச் சொந்தமாக ஆய்வு செய்து மிகப்புகழ் பெற்றவர்களும் உண்டு.

வெளிப்புறப் படப்பிடிப்புகளும் நடைபெற்றன. ஒப்பனைக் கலைஞர்களைக் கொண்டு ஒப்பனை செய்து வரலாற்றுக் கதை களும் படமாக்கப்பட்டன. படப்பிடிப்பு என்றால் என்ன என்று அறியாத மக்கள் வெளிப்புறப் படப்பிடிப்பு நடைபெறப் போகிறது என்று தெரிந்தால் அங்கே முதல்நாள் இரவிலிருந்தே காத்திருந்தனர். சில சமயங்களில் சமாளிக்க முடியாமல் கூட்டம் அலைமோதியது.

ஈஸ்ட்மேன் நிறுவனம் எடிசன் கேட்ட மாதிரியெல்லாம் கோடக் ஒளிநாடா தயாரித்துக் கொடுத்தது.

எடிசன், இரட்டை வேடத்தைத் தனது படம் ஒன்றில் புகுத்தின ார். ஒரு நடிகையை நீச்சல் குளத்தில் ஸ்ப்ரிங்போர்டிலிருந்து

எடிசன்: கண்டுபிடிப்புகளின் கதாநாயகன் • 131

குதிக்கவைத்து தண்ணீரில் அவர் உள்ளே போவதைப் படம் பிடித்தார். பிறகு அதே காட்சியைப் பின்னோக்கி ஓடவிட்டுத் தண்ணீர் பொங்கித் தெறிக்க அதிலிருந்து நடிகை தண்ணீர் சொட்டச்சொட்ட வெளிப்பட்டு மீண்டும் ஸ்ப்ரிங்க்போர்டில் குதிப்பதுபோன்ற காட்சியை உருவாக்கினார். இப்பொழுது மிகச் சாதாரணமாகத் தெரியும் இக்காட்சி அந்தக்காலத்தில் அதிசய மாக வரவேற்புப் பெற்றது.

பல மாயமந்திர தந்திரக்காட்சிகள் உருவாக்கப்பட்டன.

ஃபோனோகிராஃபையும் கைனடாஸ்கோப்பையும் இணைத்து பேசும் படம் தயாரிக்கும் முயற்சியில் இறங்கினார். ஓரளவு வெற்றியும் கண்டார். நியூ யார்க்கில் பல இடங்களில் இக் கருவிகள் நிறுவப்பட்டன. அந்தக் கருவியில் படம் ஓடிக் கொண்டிருக்கும்போது காதில் வைத்திருக்கும் கருவியில் ஒலி கேட்கும். ஆனால் படத்தின் அசைவுகளும் காதில் கேட்கும் ஒலியும் ஒத்துப் போகாததால் வரவேற்பு குறைந்தது. 1913-ம் ஆண்டு இக்கருவியை உற்பத்தி செய்வதை நிறுத்திவிட்டதாக எடிசன் அறிவித்தார்.

17

''நான் ரெடி, நீங்க ரெடியா?'' என்று கேட்டார் எடிசன்.

''நாங்களும் ரெடி'' என்றார் ராஸ்.

''அப்படியா, நீ லைட்டிங்கை இரண்டாவது ப்ளாண்டுக்கு மாற்றி விடு'' என்று சொல்லிக்கொண்டே கண்களை மூடினார் எடிசன். விளக்குகள் மெதுவாக அணைந்தன. மாற்று ஸ்விட்ச் இயக்கப் பட்டது. விளக்குகள் மீண்டும் மெதுவாக எரியத்தொடங்கின. உடனே எடிசன் விழித்துக்கொண்டார்.

''நல்ல ஓய்வு. சரி, சரி, எல்லோரும் வேலைக்குச் செல்லுங்கள்'' என்றார் எடிசன்.

விளக்குகள் அணைந்து மீண்டும் எரிய எடுத்துக்கொண்ட நேரம் 30 வினாடிகள் மட்டுமே. அந்த 30 வினாடிகளில் எடிசன் ஒரு தூக்கம் போட்டு எழுந்துவிட்டார். இதைவிடக் குட்டித் தூக்கம் எவராலும் போட முடியுமா என்று வியந்து எடிசனின் ஊழியர் ஒருவர் எழுதியிருக்கிறார்.

அரைமணி நேரத்தில் மிக ஆழ்ந்த தூக்கம் கொள்ளும் திறன் எடிசனுக்கு இருந்தது. ஆய்வுச் சாலையில் இருந்த நீண்ட பலகையில் ஒருக்களித்துப்படுப்பார். தலையணையாக வாட்ஸ் டைரக்டரி ஆஃப் கெமிஸ்ட்ரி என்ற புத்தகத்தின் தொகுதியை வைத்துக்கொண்டு தூங்குவார்.

அதைப்பார்க்கும் பொழுது அந்தப் புத்தகத்திலிருந்து அனைத்தும் படிக்காமலே மூளைக்குள் போகின்றனவோ என்று தோன்றும் என்று ஒருவர் எழுதியிருக்கிறார்.

19-ம் நூற்றாண்டின் கடைசிப் பத்தாண்டுகளில் சேம மின் கலங்களின் (dry cells) தேவை மிக அதிகமாக இருந்தது. மின்சார ரயில்கள், கார்கள், ரயில்வே சிக்னல்கள் இவற்றுக்கெல்லாம் ஸ்டோரேஜ் பேட்டரிகள் தேவைப்பட்டன. அப்பொழுது புழக்கத்தில் இருந்தவையெல்லாம் லெட் ஆசிட் பேட்டரிகள். அளவில் மிகப் பெரியவை. உடையும் தன்மைகொண்டவை, நம்பகமற்றவை.

எனவே, அதற்கு மாற்றாக, நம்பகமான, குறைந்த எடைகொண்ட எளிதில் சேதமடையாத, நீண்டநாள்கள் உழைக்கக்கூடிய சேம மின்கலத்தைத் தயாரிக்க எடிசன் விரும்பினார். இரும்புத்தாது பிரிப்பதில் இழந்த பணத்தையெல்லாம் வேறு கண்டுபிடிப்புகள் மூலம் பெற வேண்டும் என்ற நோக்கத்தில் திரைப்படத் தயாரிப்பிலும் சேம மின்கலத் தயாரிப்பிலும் ஈடுபட்டார். ஒருநாள் எடிசன், ஜெனரல் எலெக்ட்ரிக் நிறுவனத்தின் ரயில்வேத் துறையில் பணிபுரிந்த ஆர்.ஹெச். பீச் என்பவருடன் பேசிக்கொண்டிருந்த போது பீச் கேட்டார்:

''மிஸ்டர் எடிசன், ஸ்டோரேஜ் பேட்டரி என் வாழ்நாளில் உருவாகுமா என்று தெரியவில்லை. அவை உருவாக்கப்பட்டால் வருங்காலத்தில் அறிவியலில் மிக முக்கியப் பங்கு பெறும் சாதனமாகும் என்று லார்ட் கெல்வின் சொல்லியிருக்கிறாரே! நீங்கள் என்ன சொல்கிறீர்கள்?''

''லார்ட் கெல்வின் மிகப் பெரிய விஞ்ஞானி. என்பால் பேரன்பு கொண்டவர். 1875-ல் நான் கண்டுபிடித்துச் சொன்ன எத்ரிக் ஃபோர்ஸ் பற்றி பத்திரிகைகளும் விஞ்ஞானிகளும் கேலி செய்தபோது என்னை ஆதரித்த பெருமகனார் அவர். அவர் அன்று சொன்னபடியே இன்று எத்ரிக் ஃபோர்ஸை ஏற்றுக்கொண்டது விஞ்ஞான உலகம். அதனால் எனக்கு ஒரு லாபமும் இல்லை. மற்றவர்கள்தான் பயன்படுத்திவருகிறார்கள். எனவே லார்ட் கெல்வின் எதைச் சொன்னாலும் சரியாகத்தான் இருக்கும். நானும் மிகப்பெரிய ஸ்டோரேஜ் பேட்டரி நிலக்கரிதான் என்று ஒரு காலத்தில் சொல்லிக்கொண்டிருந்தேன். ஆனால் இப்பொழுதுள்ள லெட் ஆசிட் பேட்டரிகளைப் பார்க்கும்போது நாம் ஏதாவது செய்தாகவேண்டும் என்று தோன்றுகிறது. மிகச் சிறியதாக எல்லோரும் பயன்படுத்தும் வகையில் ஸ்டோரேஜ் பேட்டரியை நான் உருவாக்கவேண்டும். இயற்கை அந்த ரகசியத்தை

என்னிடமிருந்து வெகுநாள்கள் மறைத்துவைத்திருக்காது என்று நம்புகிறேன்'' என்றார் எடிசன்.

ஈயம் இல்லாமல் சேம மின்கலத்தைக் கண்டுபிடிப்பது என்று தீர்மானிக்கப்பட்ட பிறகு, அமிலத்துக்குப் பதிலாக கார (ஆல்கலைன்) திரவத்தைப் பயன்படுத்த முடிவு செய்தார். மின் தகடுகளுக்கு எந்தப் பொருளைப் பயன்படுத்துவது என்பதில்தான் குழப்பம். எத்தனையோ பொருள்களைச் சோதித்தார். எத்தனை பொருள்களைப் பயன்படுத்தினார் என்பதைக் கணக்கிட ஒன்றுமுதல் பத்தாயிரம் வரை எண்கள் கொடுத்துவந்தனர். 10,000 பொருள்கள் சோதிக்கப்பட்டபிறகு மீண்டும் ஒன்றிலிருந்து பத்தாயிரம் வரை எண்கள் கொடுக்கப்பட்டன. இப்படி ஐந்து சுற்றுகள் முடிந்துவிட்டன. பத்து ஆண்டுகள் ஓடிவிட்டன.

அந்த மின்கலத்தை உருவாக்குவதில் அவர்பட்ட இன்னலைப் பற்றி அவருடன் பணியாற்றிய ஒருவர் சொல்கிறார்: ''பாஸிட்டிவ் மின்தகட்டைத் தேர்ந்தெடுப்பதில் அவருடைய உழைப்பு மிகப் பெரிது. அவரது தலை முழுவதும் நரைத்துப் போனது. இவ்வளவு சகிப்புத்தன்மையோடும் பொறுமை யோடும் ஒருவர் இருக்கக்கூடுமென நான் கனவில்கூட நினைத்துப் பார்த்ததில்லை. எடிசன் இடத்தில் வேறு யாராக இருந்தாலும் என்றோ அந்த முயற்சியைக் கைவிட்டிருப்பார்கள். ஆனால் அவர் நம்பிக்கையோடிருந்தார். ஒரு கட்டத்தில் நான் மிகவும் சலிப்படைந்து வேலையை விட்டுவிடலாம் என்றிருந் தேன். நல்லவேளையாக வேலையை விடவில்லை. இப் பொழுது பெற்றுள்ள வெற்றியால் எங்களுக்குப் பிரகாசமான எதிர்காலம் இருக்கிறது.''

வெஸ்ட் ஆரஞ்ச் தொழிற்சாலைக்கு அருகில் இருந்த சில்வர் லேக் பகுதியில் நிறுவப்பட்ட ஆய்வுக் கூடத்தில்தான் ஸ்டோரேஜ் பேட்டரிக்கான ஆய்வு நிகழ்ந்தது. பாசிடிவ் தகட்டுக்கு கிராபைட்டைப் பயன்படுத்த எடிசன் முடிவு செய்தார். மின் கலங்கள் நியூ ஜெர்சியில் உள்ள கிளென்ரிட்ஜ் என்ற இடத்தில் தயாரிக்கப்பட்டன. ஏகப்பட்ட வரவேற்பு. தேவையை ஈடுகட்ட முடியவில்லை. மின்கலத்தைப் பற்றிப் பத்திரிகைகளில் நல்ல செய்திகள் வந்தன, என்றாலும் எடிசனுக்குப் பூரண திருப்தி ஏற்படவில்லை.

ஒன்றிரண்டு புகார்களும் எழுந்தன. அந்தப் புகார்களுக்கு முக்கியத்துவம் கொடுத்த எடிசன் அவற்றை ஆராய்ந்தார்.

பாசிடிவுக்குப் பயன்படுத்தப்பட்ட கிராபைட் தகட்டில் ஒரு சிறு கோளாறு இருப்பது கண்டுபிக்கப்பட்டது. குறைபாடுள்ள பேட்டரிகளை விற்க எடிசன் விரும்பவில்லை. எனவே பேட்டரி தயாரிப்பைத் தற்காலிகமாக நிறுத்தத் தீர்மானித்தார். குறைபாட்டை எப்படி நீக்குவது என்று ஆராய்ந்தார். தொழிற்சாலை தற்காலிகமாக மூடப்பட்டது.

மின்கலத்தை வாங்கிய வாடிக்கையாளர்கள் எடிசனிடம் சண்டைக்கு வந்தனர்.

''நாங்கள் உங்களிடம் புகார் கொடுக்கவில்லை. மார்க்கெட்டில் கிடைக்கும் எந்த பேட்டரியைவிடவும் உங்கள் பேட்டரி திறமையாகச் செயல்படுகிறது. எங்களுக்கு முழுத்திருப்தி. நீங்கள் பேட்டரியின் விலையைக் கூட்டினாலும் தரச் சம்மதிக்கிறோம். எங்களுடைய வாகனங்கள் உங்களுடைய பேட்டரியால் தான் நன்கு ஓடுகின்றன. எனவே தயவு செய்து உற்பத்தியை நிறுத்திவிடாதீர்கள்'' என்றனர்.

ஆனால் எடிசன் மசிந்து கொடுக்கவில்லை. தரக்குறைவான பொருளை விற்பதில் தனக்குச் சம்மதமில்லை என்று சொல்லி விட்டார். ஐந்து ஆண்டுகள் ஆராய்ச்சியைத் தொடர்ந்து, முடிவில் 1909-ம் ஆண்டில் மிகத் தரம் வாய்ந்த பேட்டரியை எடிசன் உருவாக்கினார்.

எலெக்ட்ரிக் ரயில்கூட ஸ்டோரேஜ் பேட்டரியால் ஓடியது. எலெக்ட்ரிக் பேருந்துகள், ஸ்டோரேஜ் பேட்டரியில் ஓடின. மின் கலங்கள் நிறைய விற்றன. 1910-ம் ஆண்டு அவரது நண்பர் ஹென்றி ஃபோர்டு கேஸோலின் எனப்படும் பெட்ரோலில் ஓடும் காரை உருவாக்கினார். எனவே கார்களுக்கு ஸ்டோரேஜ் பேட்டரிகளின் தேவை மிகவும் குறைந்தது. அப்படியும் எடிசனின் பேட்டரிகளுக்குக் கிராக்கி குறையவில்லை.

விடாமுயற்சி அவருக்கு வெற்றியைத் தந்தது.

18

"மால்லரி, நீங்கள் கொடுத்த இந்த அறிக்கையைப் படிப்பது மிகச்சிரமமாக இருக்கிறது. எழுத்துகள் மங்கலாகத் தெரிகின்றன" என்றார் எடிசன்.

"நீங்களா சொல்வது அப்படி! அறிக்கை எழுத்துகள் மிகப் பொடியாக இருக்கின்றன. அதுதான் காரணமாயிருக்கும்" என்றார் மால்லரி.

"இருக்கலாம். ஆனாலும் ஏதோ கோளாறு இருப்பது தெரிகிறது. ஒருவாரத்துக்கு முந்தி அப்படித்தான் 12 மணிக்கு வீட்டுக்குப் போனேன். கண்வலி தாங்கமுடியவில்லை. வலிமருந்து போட்டுக் கொண்டு படுத்தேன். 4 மணிக்குச் சரியாயிற்று" என்றார் எடிசன்.

"எதற்கும் கண் டாக்டரைப் பார்க்கலாம். எனக்குத் தெரிந்தவர் ஒருவர் நியூ யார்க்கில் இருக்கிறார். அவரிடம் போகலாம்" என்றார் மால்லரி.

"வேண்டாம், வேண்டாம், கண் டாக்டரைப் பார்க்கவேண்டுமென்றால் நியூ யார்க் போய்வர ஒருநாள் வீணாகிவிடும். எனக்கு ஒவ்வொரு கணமும் மதிப்பற்றது" என்றார் எடிசன்.

"எங்களுக்கு உங்கள் கண்கள் மதிப்பற்றவை. கண் கெட்டுவிட்டால் எப்படி ஆய்வு செய்வீர்கள்?" என்றார் மால்லரி.

"காது கெட்டுவிட்டது, ஆய்வு செய்யவில்லையா?"

"காதும் கண்ணும் ஒன்றா?"

"மால்லரி உங்களிடம் ஓர் உண்மையைச் சொல்லட்டுமா? காது கேளாததால் எனக்குக் கஷ்டம் என்று பலரும் நினைக்கிறார்கள்.

எடிசன்: கண்டுபிடிப்புகளின் கதாநாயகன் • 137

அதுதான் இல்லை. அதனால் எனக்கு நன்மைதான் அதிகம். நான் தந்தி அலுவலராக இருந்தபோது என்னுடைய கருவியின் பக்கம் நெருங்கி உட்கார்ந்துகொள்வேன். அந்த தந்தி ஒலிப்பானின் ஒலி மட்டும் காதில் விழும். வேறு எந்த ஒலியும் என்னைத் தொந்தரவு செய்ததில்லை. தந்தி அலுவலர்களுக்கு வம்பளப்பது அதிகம் பிடிக்கும். ஆனால் என்னிடம் வம்பளக்க மாட்டார்கள். அனாவசியக் கூச்சல்களை என் காது எனக்கு வடிகட்டிக் கொடுக்கும். எனது தொழிற்சாலையின் கடமுடாச் சத்தத்துக்கு இடையேயும் என்னால் நிம்மதியாகத் தூங்க முடியும். இன்னொரு மிகப் பெரிய நன்மை என்ன தெரியுமா. நான் காதலிக்கும்போது என்னுடைய காதலியை மிக நெருங்கி நிற்க முடிந்தது. யாரும் தவறாக எடுத்துக்கொள்ள மாட்டார்கள்'' என்று சொல்லிச் சிரித்தார் எடிசன்.

''உங்களுடைய அந்தக் குறைபாட்டுக்கு நஷ்ட ஈடாக இயற்கை உங்களுக்குப் புத்தியை அதிகம் வைத்துவிட்டது'' என்றார் மால்லரி.

எடிசனை எப்படியும் கண் டாக்டரிடம் கூட்டிச் செல்வது என்று தீர்மானித்த மால்லரி நியூ யார்க்குக்குப் பணி நிமித்தமாகப் போகவேண்டும் என்று சொல்லி அழைத்துச் சென்றார்.

அங்கே பணியை முடித்துவிட்டுத் திரும்பும் போது கண் டாக்டரிடம் அழைத்துச் சென்றார். டாக்டர் அதற்கு முன் எடிசனைப் பார்த்ததில்லை. மால்லரியும் அவர் யார் என்பதை மறைத்து நண்பர் என்று அறிமுகப்படுத்தினார்.

எடிசனின் கண்களைப் பரிசோதித்த மருத்துவர் எடிசனிடம் பல கேள்விகளைக் கேட்டார். அவருக்குக் காது கேட்காது என்றும் கேள்விகளைத் தன்னிடம் கேட்கும்படியும் தான் எடிசனிடம் கேட்டுச் சொல்வதாகவும் சொன்னார் மால்லரி. அதன்படி டாக்டரின் கேள்விகளுக்குப் பதில் சொல்லப்பட்டது. டாக்டர் நன்றாகப் பரிசோதித்துவிட்டு மால்லரியிடம் ''நான் எத்தனையோ கண்களைப் பார்த்திருக்கிறேன். இவருடைய கண்களைப்போல் இதுவரை பார்த்ததில்லை'' என்றார்.

''ஏன் ஏதாவது பிரச்னையா?''

''இல்லை இல்லை, எல்லோருக்கும் ஆப்டிக்கல் நரம்பு மிக மெல்லிதாக நூலிழைப் பருமனில் இருக்கும். இவருக்கு பல

நூல்களை முறுக்கிவைத்த புரியைப் போலத் தடிமனாக இருக்கிறது'' என்றார்.

''இது ஏதாவது கோளாறா?''

''இல்லை இல்லை. மில்லியனில் ஒருவருக்குத்தான் இப்படி இருக்கும். இவருடைய கண்ணில் எந்தக் கோளாறும் இல்லை'' என்றார் டாக்டர்.

எடிசன் நோய்வாய்ப்படுவது மிக அபூர்வம். ''என் தலையைப் பத்திரமாகத் தாங்குவதுதான் என் உடம்பின் வேலை. அதை அது ஒழுங்காகச் செய்துவந்தால் போதும்'' என்று எடிசன் அடிக்கடி சொல்வதுண்டு.

ஒருமுறை அவர் இங்கிலாந்து சென்றிருந்தபோது இங்கிலீஷ் சேனலில் கப்பலில் 100 பேருடன் அவர் பயணம் செய்தார். மற்ற 99 பேரும் கடல் நோய்க்கு ஆளாகி வாந்தி எடுத்தனர். எடிசனுக்கு எதுவும் ஆகவில்லை. அந்தக் கப்பல் கேப்டனுக்கு அது வியப்பாக இருந்தது.

எடிசனது நினைவாற்றல் அசாத்தியமானது என்று பார்த்திருக் கிறோம். அவரைப் பார்ப்பதற்கு கர்னல் பெயரி என்பவர் வந்தார். அப்பொழுது எடிசன் உறங்கிகொண்டிருந்தார். அவர் உறங்கும் பொழுது மிகவும் அவசியமானாலன்றி யாரும் அவரை எழுப்பக் கூடாது என்று உத்தரவு. வந்தவர் பெரிய மனிதர். எனவே சற்றுத் துணிந்து மால்லரி எடிசனின் தோளைத் தொட்டார். உடனே எடிசன் எழுந்தார். எதிரே நின்ற கர்னலைப் பார்த்தார். உறக்கம் கலைந்த களைப்புச் சிறிதும் இல்லாமல் அவரைப் பார்த்து ''வாருங்கள், வாருங்கள் மிஸ்டர் பெயரி. நீங்கள் சென்ற ஆண்டு என்னிடம் ஒரு திட்டத்தைப் பற்றிச் சொன்னீர்களே! அதைச் செயல்படுத்திவிட்டீர்களா?'' என்று கேட்டார்.

வந்தவருக்கு ஒன்றும் விளங்கவில்லை. விழித்தார். அது என்ன திட்டம் என்றும் அதை நிறைவேற்ற தான் சொன்ன யோசனைகள் என்னவென்றும் எடிசன் எடுத்துச் சொன்ன பின்னர்தான் பெயரிக்கு நினைவுக்கு வந்தது. எப்படி இப்படித் துல்லியமாக எடிசன் நினைவு வைத்திருக்கிறார் என வியந்தார்.

நண்பர் கில்லிலண்ட் என்பவருடன் எடிசன் தனது மின் விளக்குக்கு கார்பன் இழை தேடி ஃப்ளோரிடாவில் உள்ள

ஃபோர்ட் மையர்ஸ் என்ற இடத்துக்குச் சென்றிருந்தார். அங்கே கலாஹெளச்சி நதிக்கரையோரமாக இருந்த இடத்தில் மரங்களும் செடிகளும் கொடிகளும் பச்சைப்பசேல் என்று இருந்தன. அழகிய மலர்கள் வண்ணங்களை வாரி இறைத்து வானவில்லை மண்ணுக்குக் கொணர்ந்தன. அந்த இடம் இருவரையும் கவர்ந்தது. இருவரும் அங்கே நிலம் வாங்கிக் குளிர்காலத்தில் வந்து தங்குவதற்காக குளிர்கால மாளிகை கட்டத் தீர்மானித்தனர். எடிசன் 14 ஏக்கர் நிலத்தை $3,000 கொடுத்து வாங்கினார். அவரது நிலத்துக்குப் பக்கத்திலேயே அவரது நண்பரும் வாங்கினார். இருவரும் பெரிய மாளிகைகள் கட்டினர்.

அந்த மாளிகைக்கு எடிசன் ஒவ்வோர் ஆண்டும் குளிர்காலத்தில் வந்து தங்குவார். பிளோரிடா சற்று வெப்பப்பிரதேசம் ஆனதால் குளிர்காலம் அங்கே இதமாக இருக்கும். எடிசனுக்குச் செடி கொடிகள் மலர்கள் மரங்கள் எல்லாம் மிகவும் பிடிக்கும். எனவே அந்த மாளிகையைச் சுற்றி விதவிதமான அபூர்வ மரங்களையும் மலர்ச்செடிகொடிகளையும் வளர்த்தார். இன்றும் அந்தப்பூங்கா மெருகழியாமல் பாதுகாக்கப்படுகிறது. எடிசனுக்குப் பறவைகளைப் பார்க்கப் பிடிக்கும். 12 வயதிலிருந்து பறவைகளின் இனிய ஒலியைக் கேட்கமுடியவில்லை என்பதில் அவருக்கு வருத்தம். எனவே அந்தப் பூங்காவில் பறவைகளையும் வளர்த்தார்.

அவருடைய நண்பருக்கும் அவருக்கும் பெரிய மனஸ்தாபம் வந்ததால் பல ஆண்டுகள் அந்தப் பக்கமே வராமல் இருந்தார் எடிசன். பிறகு அவருடைய நண்பரின் வீட்டையும் விலைக்கு வாங்கினார். அதன்பிறகே மீண்டும் அம்மாளிகைக்குச் சென்றார். அவருடைய இன்னோர் இனிய நண்பர் ஹென்றி ஃபோர்ட். எடிசனின் வீட்டுப்பக்கம் தானும் வசிக்க வேண்டும் என்ற ஆசையில் அவர் வீட்டுக்கு அருகில் காலியாக இருந்த நிலத்தை வாங்கி ஒரு பெரிய மாளிகையைக் கட்டினார். அதற்கு 'தி மேங்கோஸ்' என்று பெயர். எடிசனின் வீட்டுக்கு 'செமினோல் லாட்ஜ்' என்று பெயர்.

ஒரு சமயம் எடிசனின் அந்தப் பூங்கா வீட்டைச் சுற்றிப்பார்க்கப் பத்திரிகையாளர்கள் வந்தனர். அவர்களை வாசலுக்கு வெளியிலேயே வந்து வரவேற்ற எடிசன் அவர்களை ஒவ்வொருவராக ஒரு சுழல் கதவு வழியாக உள்ளே கூட்டிச் சென்றார். அந்தச் சுழல்கதவைச் சுற்றுவது சற்றுக் கடினமாக இருந்தது. ஒவ்வொருவரும் சுழல் கதவைக் கையால் தள்ளிக்கொண்டு உள்ளே

நுழைந்தனர். அவர்களை வீட்டுக்குள் அழைத்துச் சென்று வீட்டில் தாம் அமைத்திருக்கும் புதுமைகளையும் தனது ஆய்வுச் சாலையையும் காட்டினார். ஒவ்வோர் அறையிலும் மின் விளக்கால் அலங்கரிக்கப்பட்ட சாண்டலியர் தொங்கியது. அதற்கு எலெக்ட்ரோலியர் என்று பெயர் கொடுத்திருந்தார்.

வெளியே வரும் போது ஒரு பத்திரிகையாளர் எடிசனிடம் மெதுவாகச் சென்று "மிஸ்டர் எடிசன், உங்கள் வீட்டில் எல்லாம் மிக அழகாக இருக்கின்றன. ஆனால் வாசலில் வைத்திருக்கும் தள்ளுகதவு மட்டும் தள்ளுவதற்குச் சற்றுக் கடினமாக உள்ளது, அதை எளிதாகச் சுழலும்படி செய்ய முடியாதா?" என்று கேட்டார்.

"முடியும், அப்படிச் செய்தால் ஒவ்வொருவரும் அதைத் தள்ளும் போது 60 கேலன் தண்ணீரை என் வீட்டுத்தொட்டிக்குள் நிரப்ப முடியாதே!"

"புரியவில்லை..."

"அதாவது, தள்ளுகதவை ஒருவர் ஒரு முறை சுற்றி முடிக்கும் போதும் அந்தக் கதவோடு இணைக்கப்பட்டிருக்கும் ஓர் இயந்திரம் என் வீட்டுக் கிணற்றிலிருந்து 60 கேலன் தண்ணீரை மேலே உள்ள தொட்டியில் நிரப்பிவிடும். மின்சாரச் செல வில்லை. எப்படி என் ஏற்பாடு?" என்று கேட்டார் எடிசன்.

"மிஸ்டர் எடிசன், நீங்கள் பொல்லாத ஆள்" என்றார் அந்த மூத்த பத்திரிகையாளர்.

எடிசனிடம் அப்டான் என்ற கணிதமேதை ஒருவர் பணியாற்றி வந்தார். எடிசனிடம் நீண்ட காலம் பணிபுரிந்தவர்களுள் அவரும் ஒருவர். மிகவும் கெட்டிக்காரர். எடிசனுடைய திட்டங்களுக்குத் தேவையான பொருள்களை அவர்தான் கணக்கிட்டுச் சொல்வார்.

புள்ளிவிவரங்களைக் கொண்டு துல்லியமாகக் கணக்கிடுவதில் அவர் நிபுணர். சில சமயங்களில் அவர் இயந்திரப் பணிகளையும் செய்வதுண்டு. கொலம்பியா என்ற கப்பலுக்கு அவர்தான் மின்னிணைப்புக் கொடுத்தார். அவரிடம் எடிசன் மூடப்படாத கண்ணாடி பல்ப் ஒன்றைக் கொண்டு கொடுத்து அதன் கன அளவைக் கண்டுபிடிக்கும்படிச் சொன்னார்.

ஒருவாரமாயிற்று. எடிசன் அவரிடம் கன அளவைக் கண்டு பிடித்துவிட்டீர்களா என்று கேட்டார்.

''அந்த பல்பு ஓர் ஒழுங்கற்ற வடிவம் உள்ளதாக இருப்பதால் கன அளவு கண்டுபிடிப்பது சற்றுச் சிரமமாக இருக்கிறது. ஏகப்பட்ட கணக்குகள் போடவேண்டியுள்ளது. இன்னும் இரண்டு நாள்கள் கால அவகாசம் கொடுங்கள். சரியாகச் சொல்லிவிடுகிறேன்'' என்றார்.

இரண்டு நாள்கள் கழித்து ஒரு பெரிய குறிப்பேட்டைக் கொணர்ந்து, தான் எப்படியெல்லாம் கணக்குப்போட்டேன் என்பதை விவரித்துச் சொன்னார். எடிசன் சிரித்துக்கொண்டே அங்கிருந்த ஒரு பையனிடம் ஒரு கெட்டிலில் தண்ணீர் கொண்டுவரச்சொன்னார். தண்ணீர் கொண்டுவரப்பட்டதும் அந்த பல்பில் தண்ணீரை நிரப்பினார். பின்னர் பல்பிலிருந்த தண்ணீரை ஓர் அளவைமானியில் கொட்டினார். அதைபார்த்துக் கன அளவைச் சரியாகச் சொன்னார். அவர் கணக்கு போட்டுச் சொன்னதும் எடிசன் அளந்து சொன்னதும் ஒன்றாகவே இருந்தன. அப்டான் வெட்கித் தலை குனிந்தார்.

19

‘டெஸ்லா, எதிர்பார்த்ததற்கு முன்னாலேயே செய்துவிட்டாய் போலிருக்கிறதே! டைனமோ நன்றாக இருக்கிறது. இயக்கிப் பார்த்தேன். உனக்கு அடுத்த மாதத்திலிருந்து சம்பளம் உயர்த்தித் தருகிறேன்'' என்றார் எடிசன்.

‘மிஸ்டர் எடிசன், புதுவகையான டைனமோவை உருவாக்கித் தந்தால் $50,000 தருவதாக வாக்களித்தீர்கள். மறந்திருக்க மாட்டீர்கள் என்று நினைக்கிறேன்'' என்றார். எடிசன் சிரித்தார்.

‘டெஸ்லா, நான் சொன்னது ஓர் அமெரிக்கன் ஜோக். அமெரிக்க ராக இருந்தால் உங்களுக்குப் புரிந்திருக்கும். உங்களுக்குச் சம்பளம் கொடுத்தேன். நீங்கள் உழைத்தீர்கள். அதுதான் சம்பளம் கூட்டித் தருவதாகச் சொல்கிறேனே!'' என்றார் எடிசன்.

‘மிஸ்டர் எடிசன், இது அநியாயம்'' என்று சொல்லிக்கொண்டே டெஸ்லா வெளியே சென்றார்.

நிகோலோ டெஸ்லா ஒரு செர்பியர். பிரான்ஸில் எடிசனின் நிறுவனத்தில் பணியாற்றிக் கொண்டிருந்தார். மிகத் துடிப்பான இளைஞர். ஏ.சி. மின்சாரம் கண்டுபிடித்தவர் அவர்தான். அவரும் எடிசனைப் போலவே இரவுபகல் பாராது உழைத்தார். அவரைப் பற்றிக் கேள்விப்பட்ட எடிசன் அவரை அமெரிக்காவுக்கு வரவழைத்தார். எடிசன் DC மின்சார ஆதரவாளர். ACஐ அவர் ஏற்றுக்கொள்ளவில்லை. எடிசன் உற்பத்தி செய்த டைனமோக்கள் வலுவிழந்தவையாக இருந்தன. டெஸ்லா அவற்றைத் திறம் கொண்டவையாக வடிவமைத்துத் தருவதாகச் சொன்னார். உடனே எடிசன் அப்படிச் செய்தால் அவருக்கு $50,000 தருவதாகச் சொன்னார். டெஸ்லா பொழுதெல்லாம் உழைத்துச் சாதித்தார். ஆனால் எடிசன் தன் உறுதிமொழியைக் காப்பாற்றவில்லை.

எடிசன் அவருடைய ஆய்வுக்கூடத்தில் மற்றவர்கள் கண்டு பிடித்ததையும் தன்பேரில் பதிவு செய்து கொண்டார் என்று குற்றம் சாட்டினர் பலர். குறிப்பாக டெஸ்லா தனக்குக் கடும் போட்டியாளர் என்று அவரை வெறுத்தார் எடிசன்.

AC மின்சாரம் DCஐ விட உயர்ந்தது என்று சொல்கிறானே என்று அவருக்குக் கோபம். பாம்பின் கால் பாம்பு அறியும் என்பதைப் போல டெஸ்லாவின் திறமையை நன்கு அறிந்த எடிசன், அவரை வளரவிட்டால் தனக்குப் பெரும் போட்டியாக வந்துவிடுவார் என நினைத்தார். எடிசன் டெஸ்லாவை அன்று ஆதரித்திருந்தால் இருவரும் இணைந்து இன்னமும் பல சாதனைகளைச் செய்திருக்கக்கூடும். ஆனால் ஆதரிப்பதற்குப் பதிலாக எதிர்ப்பை வெளிப்படுத்தினார்.

டி.சி.யால் ஆபத்தில்லை, ஆனால் ஏ.சி.யால் ஆபத்து என்று காட்டுவதற்காக எடிசன் நியூ ஜெர்ஸி தெருக்களில் சுற்றிய நாய், பூனை இவற்றைப் பிடித்து வந்து பத்திரிகையாளர்கள், பொது மக்கள் முன்னே அவற்றின் மீது ஏ.சி. மின்சாரத்தைப் பாய்ச்சி சாகடித்துக் காட்டியதாகச் சொல்கிறார்கள். இதனால் அவர் தொடங்கிய எடிசன் ஜெனரல் எலெக்ட்ரிக் நிறுவனத்தைச் சேர்ந்த இயக்குநர்கள் வெறுப்படைந்து எடிசனை அந்நிறுவனத் திலிருந்து விலக்கியதோடன்றி அவரது பெயரையும் அதிலிருந்து நீக்கி ஜெனரல் எலெக்ட்ரிக் கம்பெனி என்று மாற்றினர்.

நிகோலா டெஸ்லா எடிசனிடமிருந்து விலகி வெஸ்டிங்ஹவுஸ் நிறுவனத்துடன் ஒப்பந்தம் செய்து கொண்டார். நியூ யார்க்கில் நயாகரா அருவியின் வீழ்ச்சியைப் பயன்படுத்தி மின்சாரம் தயாரிக்கும் ஒப்பந்தம் வெஸ்டிங்ஹவுஸ் நிறுவனத்துக்குக் கொடுக்கப்பட்டது. அந்நிறுவனம் டெஸ்லாவின் ஏ.சி. மின் சாரத்தைத் தயாரித்தது. எடிசனின் டி.சி.க்கு அந்த ஒப்பந்தம் கைகூடவில்லை.

நிகோலா டெஸ்லாவைப் பயன்படுத்திக் கொண்டவர்கள் பலர். மிகச் சிறந்த விஞ்ஞானியான அவர், ஆதரவின்றியே அழிந்து போனார். ஆனால் இன்று அவர் புகழை உலகம் பாடுகிறது. ஏ.சி. மின்சாரத்தின் தந்தை என்று போற்றுகிறது. கம்பியில்லாத் தந்தி போல கம்பியில்லாமலேயே மின்சாரத்தை ஓரிடத்திலிருந்து மற்றோரிடத்துக்கு அனுப்புவேன் என்றார் அவர். அவரைப் பைத்தியம் என்றார்கள். அவர் கனவு நனவாகாமலேயே போய் விட்டது.

டெஸ்லா தானே நிறுவனங்களை அமைத்து முன்னேறி வரும் போது தீவிபத்தில் யாவற்றையும் இழந்தார். வறுமையில் வாடினார். அந்தச் சமயம் அவருக்கும் எடிசனுக்கும் இணைந்து நோபல் பரிசு கொடுப்பதாகச் சொன்னார்கள். டெஸ்லாவுடன் இணைந்து தான் நோபல் பரிசு வாங்கப் போவதில்லை என்று எடிசன் மறுத்துவிட்டதாகச் சொல்கிறார்கள். டெஸ்லாவுக்கும் நோபல் பரிசு கிடைக்கவில்லை.

டெஸ்லாவைப் பொறுத்தமட்டில் எடிசன் ஒரு வியாபாரியாக நடந்துகொண்டார். ஒரு விஞ்ஞானியாக நடந்துகொள்ள வில்லை. அந்தப் பெரிய மனிதரையும் பெருமை ஆட் கொண்டது. ஆனால் தான் முனையாத மற்ற கண்டுபிடிப்புகளில் ஈடுபட்டவர்களை எடிசன் ஆதரித்திருக்கிறார். மார்க்கோனிக்கு ஆதரவு, அலெக்ஸாண்டர் கிரஹாம் பெல்லுக்கு ஆதரவு, ஃபோர்டுக்கு ஊக்கம் என்று இந்தப் பட்டியல் நீளும். அவருடைய வழியிலே வந்து அவரை விஞ்ச முயன்றதால் டெஸ்லாவை அவர் வளரவிடவில்லை. இது மனித இயற்கைதான் என்றாலும் இரு வரும் இணைந்து செயலாற்றியிருந்தால் மனிதகுலம் இன்னமும் நன்மையடைந்திருக்கும்.

எடிசன் முதல் மனைவி மூலம் பெற்ற பிள்ளைகளிடம் ஒரு நல்ல தந்தையாக நடந்துகொள்ளவில்லை என்ற குற்றச்சாட்டும் உண்டு. தாய் நோயாளி, தந்தை உழைப்பாளி, இந்த இரு வருக்கும் இடையே சரியான கவனிப்பின்றி அம்மூவரும் வளர்ந்தனர். முதல் பெண் பெரும்பாலும் ஐரோப்பாவிலேயே வாழ்ந்தாள். அவள் பெரியம்மை நோய் வாய்ப்பட்டிருந்தபோது தன் தந்தை தன்னை சரியாகக் கவனிக்கவில்லை என்று குற்றம் சாட்டினார். 'மினா என்னுடைய அன்னை என்று சொல்ல முடியாத அளவுக்கு இளையவள், தோழி என்று சொல்ல முடியாத அளவுக்கு மூத்தவள்'' என்றாள் மரியன்.

முதல் பையன் தாமஸ் ஆல்வா எடிசன் ஜுனியர் தந்தை மேல் கொண்ட வெறுப்பால் தந்தையின் பெயரைத் தனக்குச் சாதக மாகப் பயன்படுத்திக் கொண்டான். அதனால் அவன் வேண்டிய பணத்தைக் கொடுத்து, அவனது பெயரை தாமஸ் வில்லார்ட் என்று மாற்ற வைத்தார் எடிசன்.

இரண்டாவது பையன் வில்லியம் 'தனக்கு அவனொரு புண்' என்றார் எடிசன். பாவம். கடைசியில் கோழிப் பண்ணை வைத்து காலம் கடத்தினான்.

ஆனால் இரண்டாவது மனைவியின் குழந்தைகள் நல்ல நிலைக்கு உயர்ந்தனர். முதல் மகள் மேடலைன் சிறந்த பொறியாளர், சிந்தனையாளர். தந்தையிடம் பேரன்பு கொண்டவர். அவர் மட்டும் பெண்ணாக இல்லாதிருந்தால் தந்தையைப் போலவே மிகுந்த பெயர் பெற்றிருப்பார். அந்த நாளில் பெண்களை ஆய்வு செய்ய அனுமதித்ததில்லை. ஐரோப்பாவில் ஒரு மேரி க்யூரி வந்ததுபோல அமெரிக்காவில் ஒரு பெண் உயர்ந்த விஞ்ஞானி யாக வர இயலவில்லை.

மற்றொரு மகன் சார்லஸ் நல்ல வியாபாரியாகவும் அரசியல் வாதியாகவும் திகழ்ந்தார். எடிசன் அவரைத்தான் தனது நிறுவனங் களில் தலைவராக்கினார். சார்லஸ் நியூ ஜெர்ஸியின் கவர்னராக வும் அமெரிக்க அரசியல் மந்திரியாகவும் பணியாற்றினார். எடிசனின் புகழைப் பரப்புவதில் பெரிதும் பாடுபட்டார்.

கடைசி மகன் தியோடர்தான் எடிசனின் உண்மையான வாரிசு என்று சொல்லும் வண்ணம் விஞ்ஞானியானார். எண்பதுக்கும் மேற்பட்ட கண்டுபிடிப்புகள் அவர் பெயரில் பதிவு செய்யப் பட்டன.

முதல் தாரத்தின் பிள்ளைகள் உயர்ந்த நிலைக்கு வராததற்கு எடிசனை முழுக்கக் குற்றம் சாட்ட முடியாது. அவர்கள் வளரும் போது எடிசனும் வளர்ந்து வந்தார். அவர்களை கவனிக்க அவருக்கு நேரம் கிடைக்கவில்லை. இரண்டாவது மனைவி தாய் நிலையில் இருந்து அவர்களை கவனிக்க இயலவில்லை. ஆனால் எடிசனை மினா நன்கு கவனித்துக் கொண்டார். பல அறப் பணிகளில் ஈடுபட்டு எடிசனுக்குப் புகழ் சேர்த்தார். எப் பொழுதும் வேலை வேலை என்றிருந்த கணவனை அவ்வப் போது வெளியே கூட்டிச் சென்று உலகத்தைப் பார்க்க வைத்தார். அவருக்கு ஊக்கமளித்தார். எடிசன் இறந்த பிறகு மறுமணம் செய்து கொண்டாலும் எடிசனின் குடும்பத்தை விட்டு விலக வில்லை. இரண்டாவது கணவன் இறந்த பிறகு மீண்டும் எடிசனின் பெயரை இணைத்துக்கொண்டு எடிசன் நினைவுச் சின்னங்கள், நினைவுக் கூடங்கள் நிறுவப் பாடுபட்டார்.

ஒரு சில குறைபாடுகள் இருந்தாலும் எடிசனும் மனிதர்தாம் என்பதைக் கருத்தில் கொள்ள வேண்டும்.

20

மின்னல்களாக இன்னல்கள் வந்து தாக்கியபோது, மின்னலின் ஒளியை விளக்கில் பிடித்தார் எடிசன். அவருடைய வாழ்க்கையில் தான் எத்தனை இன்னல்கள். ஒற்றையறைப் பள்ளியில் 39 பேருடன் உட்கார்ந்திருந்த அந்தச் சிறுவனை 'மண்டு' என்று ஆசிரியர் சொன்னது முதல் அடி. அந்த அடி விளைவித்த தழும்பு கடைசி வரை ஆறவில்லை. எனவே பள்ளிக் கல்வி முறையை வன்மையாகச் சாடினார் எடிசன். மத குருமார்கள் பள்ளிகளில் 6, 7 வயதுச் சிறுவர்களின் மனத்தை மதபோதனை என்ற பெயரில் பாழடிப்பதை எதிர்த்தார். மதக் கல்வியே பள்ளிகளில் கூடா தென்றார். அவருடைய தொழிற்சாலைக்குப் பணிக்கு வருப வர்கள் எவ்வளவு படித்தவர்கள் என்று அவர் பார்ப்பதில்லை (மாசசூஸ்ட்ஸ் இன்ஸ்டிட்யூட் ஆஃப் டெக்னாலஜி மட்டும் விதிவிலக்கு). அவர்களுக்கு ஒரு தேர்வு வைப்பார். அந்தத் தேர்வில் வெற்றி பெற்றவர்கள் மட்டுமே அவரது தொழிற் சாலையில் பணிக்குச் சேர முடியும்.

பத்திரிகைகளைத் தூக்க முடியாமல் தூக்கிக்கொண்டு ரயில் பெட்டியில் ஏறமுயன்ற போது தடுமாறிக் கீழேவிழுந்த எடிசனை ஒருவர் தூக்கி உள்ளே இழுத்தார். அப்போது தவறுதலாக அவரது காதைப் பிடித்து இழுத்துவிட்டார். அதன் விளைவாக ஒரு காது மந்தமானது. ஸ்கார்லட் காய்ச்சல் வந்து அதை மேலும் மோச மாக்கியது. அவர் வைத்திருந்த பாஸ்பரஸ் கீழே விழுந்ததால் தீப்பற்றிய ரயில் பெட்டியின் தீயை அணைத்த மேலாளர் அவரைக் கன்னத்தில் ஓங்கி அறைந்தபோது அடுத்த காதும் சீர்கெட்டது. இது இரண்டாவது அடி. ஆனால் காதுகேளாத தன்மை அவரைத் தளர்த்திவிடவில்லை. அதையே தனக்குச் சாதகமாகப் பயன்படுத்திக் கொண்டார். பெருத்த சப்தத்துக் கிடையேயும் தூங்குவது சாத்தியமாற்று.

கனடாவிலுள்ள ஸ்ட்ராட்போர்டில் வேலை செய்தபோது அவர் செய்த ஒரு தவறால் வேலையை இழக்க நேர்ந்தது. அது மூன்றாவது அடி. ஆனால் வேறு நல்ல வேலையில் சேர்ந்தார்.

அவரது கண்காணிப்பாளர் சொல்லியதற்காக இடைபுகுந்து தந்தியடித்ததற்காகப் பாராட்டுவதற்குப் பதிலாக பலிகடா வாக்கப்பட்டார். ஆனால் எடிசன் எதிர்நீச்சல் போட்டார். வேறு வேலை கிடைத்தது.

பாஸ்டன் நோக்கிப் பயணம் சென்றபோது ஏற்பட்ட கடும் பனிப்புயலால் கைப்பொருள் இழந்து சாப்பாடுகூட இல்லாமல் பாஸ்டனுக்குச் செல்ல நேர்ந்தது அடுத்த அடி. அங்கிருந்து வெஸ்டர்ன் யூனியனால் விலக்கப்பட்டு நண்பரிடம் $35 கடன்வாங்கி நியூ யார்க் வந்தார். அங்கே ரயில் கட்டணத்துக்குச் செலவழிந்தது போக மிச்சப் பணத்தில் இரண்டு நாள்கள் தாக்குப் பிடித்தார். டீ குடித்துக் கொண்டிருந்த ஒருவனிடம் இரந்து டீ வாங்கிக் குடித்தார். ஆனால் இது நிகழ்ந்த ஒருவாரத்துக்குள் $300 சம்பளத்தில் வேலை கிடைத்தது.

பதிவு செய்யப்பட்ட அவரது முதல் கண்டுபிடிப்பான வாக் கெடுப்பு இயந்திரம் அரசியல்வாதிகளின் சுயநலப்போக்கால் அடிபட்டுப்போனது. ஆனால் மக்களை நேரடியாகச் சென்றடை யும் கண்டுபிடிப்புகளில் மட்டுமே முயற்சி செய்யவேண்டும் என்ற உறுதியை எடுக்க அது காரணமாயிற்று.

எடிசனுடைய ஒலிப்பதிவு இயந்திரம் நன்றாக வேலை செய் வதைக் காணப் பொறுக்காதவர்கள் பொய்யர், புரட்டர், மந்திர வாதி, கண்கட்டு வித்தைக்காரர் என்று புரளி கிளப்பி இடைஞ்சல் விளைவித்தனர். ஆனால் எடிசன் எதிர்நீச்சல் போட்டு வென்றார். அவருக்கு அது 'மென்லோ பார்க்கின் அதிசய மனிதர்' என்ற பட்டத்தைப் பெற்றுத் தந்தது.

பள்ளியில் படிக்கவில்லை. பட்டங்களை நாடிச் செல்லவில்லை. ஆனால் பட்டங்கள் அவரைத் தேடிவந்தன. மின்விளக்குகளை ஆய்வு செய்து கொண்டிருந்தபோது இரண்டு ஐரோப்பியப் பல்கலைக் கழகங்கள் அவருக்கு டாக்டர் பட்டம் கொடுக்க விழைந்தன.

வாங்குவதற்கு வர நேரமில்லை என்று சொல்லி மறுத்து விட்டார். அமெரிக்கப் பல்கலைக் கழகங்கள் அவருக்கு டாக்டர்

பட்டம் கொடுத்தன. 1915-ம் ஆண்டு அவருக்கும் டெஸ்லாவுக்கு மாகச் சேர்த்து நோபல் பரிசு வழங்குவதற்கு நோபல் பரிசளிப்பு ஆணையம் முன்வந்தது. டெஸ்லா உடனான சண்டையால் அந்தப் பரிசையும் வாங்கிக்கொள்ள மறுத்துவிட்டார்.

மின்விளக்கைக் கண்டுபிடித்தார். ஆனால் எத்தனையோ வழக்கு களை அவர் சந்திக்க நேர்ந்தது. மின்விளக்கு வந்துவிட்டால் வாயுவால் ஒளிவிடும் விளக்குகளின் வியாபாரம் படுத்துவிடும் என்று சில பணமுதலைகள் யாரையெல்லாமோ தூண்டிவிட்டு அவருக்கு எதிராக வழக்குகள் போட வைத்தனர். எடிசனுடன் பணிபுரிந்த ஒருசிலர் அவரைவிட்டு விலகிப் போட்டியாளரிடம் சேர்ந்துகொண்டனர். அவருடைய ரகசியங்களை மற்றவர் களுக்கு வெளியிட்டனர் ஒரு சிலர். ஆரம்ப காலத்தில் சூதுவாது அறியாத எடிசன் தனது சோதனைச்சாலைக்கு வரும் அனை வருக்கும் ஆர்வமிகுதியால் எல்லாவற்றையும் விளக்கிச் சொன்னார். அதைக் கண்ட சிலர் எடிசனின் விளக்கைப் போல் போலிவிளக்குகள் தயாரித்து நாங்கள்தான் கண்டுபிடித்தோம் என்றனர்.

கெப்பல்ஸ் என்ற ஜெர்மானியர் ஒருவர் எடிசனைப் பாடாகப் படுத்தினார். போலி விளக்குகளைத் தயாரித்தார். தனக்கு ஆங்கிலம் தெரியாது என்றும் எனவே தான் எடிசனது கண்டு பிடிப்பைப் பற்றி அறியும் வாய்ப்பு கிடையாதென்றும் தானே முதலில் மின்விளக்கு கண்டுபிடித்ததாகவும் வழக்கு தொடுத்தார். 15 ஆண்டுகள் வழக்குகள் நடந்து எடிசனுக்குச் சாதகமாகத் தீர்ப்புச் சொல்லப்பட்ட நிலையில் தொழில்நுட்பம் ஏதும் அறியாத செயிண்ட் லூயி நீதிபதி ஒருவர் வழக்கின் தன்மையைப் புரிந்துகொள்ளாமல் எடிசனுக்கு எதிராகத் தீர்ப்புச் சொன்னார். மீண்டும் வழக்கு தொடர்ந்து எடிசன் வென்று வரும்போது 16 ஆண்டுகள் ஓடிவிட்டன. ஓராண்டு மட்டுமே, பாவம், தன் கண்டுபிடிப்பின் பயனை முழுமையாக எடிசனால் அனுபவிக்க முடிந்தது.

நியூ யார்க்கில் மைய மின்நிலையம் உருவாகி வந்தபோது அவரது மனைவி மேரி இறந்தார். குழந்தைகளைக்கூடக் கவனிக்க முடியாமல் அவர்களை நியூ யார்க் 5 அவென்யூ 65-ம் எண் வீட்டில் குடியமர்த்தினார். அவரது முதல் மகனுக்கு தாமஸ் ஆல்வா எடிசன் ஜூனியர் என்று பெயர். எடிசனுக்கு வேண்டாதவர் சிலர் அவனைத் தம் கைக்குள் போட்டுக்கொண்டு

சில மோசமான கண்டுபிடிப்புகளை அவன் பெயரில் பதிவு செய்து தாமஸ் ஆல்வா எடிசன் கண்டுபிடித்தவை என்று விளம்பரப்படுத்தி எடிசன் பெயருக்குக் களங்கம் ஏற்படுத்தினர். எடிசன் மகனிடம் கெஞ்சிப் பேசி அவனுக்கு வாராவாரம் $35 தருவதாகச் சொல்லி அவனுடைய பெயரை மாற்றினார்.

சரியான மின்விளக்கு இழைக்காக உலகமெங்கும் ஆள்களை அனுப்பி ஒருலட்சம் டாலர் வரை செலவு செய்தார். இழை மாதிரிகள் வந்து குவிந்தன. அதற்குள் அவரே செயற்கை கார்பன் இழையைக் கண்டுபிடித்தார். ஏகப்பட்ட பணம் செலவு செய்து கொணர்ந்த மூங்கில்கள் பயன்படாமல் போயின. கடற்கரை மணலிலிருந்து இரும்பை எளிதாகப் பிரித்து எடுத்துவிடலாம் என்று எண்ணியபோது புயலடித்து மண் கடலில் புகுந்தது. இரும்புத்தாதுவைப் பிரித்தெடுப்பதில் சிறந்த வெற்றி பெற்று நிமிர்ந்தபோது உயர்ரக இரும்புத்தாது மின்னசோட்டா மலையில் கிடைத்ததால் அவரது வெற்றி தோல்வியாக மாறியது. வெற்றி பெற்றபின் தோற்றதுதான் வேதனை.

அதுவரை அவர் சம்பாதித்து வைத்திருந்த பொருள்கள் அனைத்தையும் இழந்தார். ஆனால் எடிசன் மனம் தளரவில்லை. ஃபோனோகிராஃபை மேலும் சீர்ப்படுத்தி பதிவு செய்வதற்காக, அதற்கான மனுக்களுடன் ஒரு வக்கீலை பதிவு அலுவலகத்துக்கு அனுப்பினார் எடிசன். ஆனால் அந்த வக்கீல் அவரை ஏமாற்றி வேறொருவருக்கு அதை விற்றுவிட்டார். எனவே தனது கண்டு பிடிப்பினால் எந்தப் பயனும் பெறமுடியாமல் போய்விட்டது. என்றாலும் தன்னை ஏமாற்றியவர் யாரென்று எடிசன் கடைசி வரை சொல்லவில்லை.

1914-ம் ஆண்டு டிசம்பர் மாதம் ஒரு மாலைப் பொழுதில் நியூ ஜெர்ஸி வெஸ்ட் ஆரஞ்ச் சோதனைச் சாலையில் வைத்திருந்த ஒளிப்பட நாடாக்கள் தீப்பற்றியதால் அந்தக் கட்டடம் முழு வதும் தீப்பற்றி எரிந்தது. சோதனைக் கூடமும் தொழிற் சாலையும் எரிந்துகொண்டிருந்தன. எடிசனின் மகன் சார்லஸ் எடிசன், தந்தை தீயில் மாட்டிக்கொண்டாரோ என்ற பயத்தில் அங்குமிங்கும் தேடினார். அங்கே ஓர் ஓரமாக நின்றுகொண்டு தீயை ரசித்துக்கொண்டிருந்தார் எடிசன். சார்லஸ் பதற்றத்துடன் ஓடிவருவதைப் பார்த்த எடிசன், ''சார்லஸ் உடனே ஓடிச் சென்று அம்மாவை அழைத்துவா. அவளது தோழிகளையும் கூட்டி

வரச்சொல். இந்தத் தீயை அவர்கள் ரசிக்கட்டும். இந்தக்காட்சி இனி கிடைக்காது'' என்றார்.

மறுநாள் காலைவரை அந்தத் தீ எரிந்துகொண்டிருந்தது. சோதனைச்சாலை பெருமளவு அழிந்தது. காலை ஐந்தரை மணிக்கு எடிசன் தன் ஊழியர் அனைவரையும் அழைத்தார்.

''நாம் சோதனைக்கூடத்தை மீண்டும் நிர்மாணிப்போம். அழிவையும் நமக்குச் சாதகமாகப் பயன்படுத்திக்கொள்ளமுடியும். தேவையில்லாத, ஆனால் என்றாவது தேவைப்படலாம் என்று குவித்துவைத்திருந்த குப்பைகள் அழிந்துவிட்டன. அதுவும் ஒருவகையில் நல்லதுதான். இனிப் பெரிதாக நிர்மாணிப்போம்'' என்றார் எடிசன்.

பக்கத்தில் இருந்த நண்பரிடம், ''உடனே நகரில் இருக்கும் எல்லாத் தொழிற்பட்டறைகளையும் வாடகைக்கு எடுங்கள்'' என்றார். இன்னொருவரிடம் ''எரி ரயில்வே கம்பெனிக்குப் போய் பெரிய கிரேன் எடுத்து வாருங்கள்'' என்றார்.

பிறகு எல்லோரையும் பார்த்து, ''எனக்கு 67 வயதுதானே ஆகிறது. இது ஒரு வயதே அல்ல. நிறையச் செய்யலாம். அதுசரி, எங்கே நிறையப் பணம் கிடைக்குமென்று யாருக்காவது தெரியுமா?'' என்று கேட்டார்.

உடனே அங்கிருந்து சென்று, தான் அணிந்திருந்த கோட்டைக் கழற்றித் தலையணையாகச் சுருட்டி, தான் வழக்கமாகப் படுக்கும் இடத்துக்குச் சென்று மரப்பலகையில் படுத்தார். சிறிது நேரத்தில் எடிசன் தூங்கிவிட்டார்.

அவர் கண்டுபிடித்த மின்விளக்கு கவைக்குதவாது என்று சொன்னவர் பலர். ஆங்கில அரசு நாடாளுமன்றக் குழு ஒன்றை அமைத்து, எடிசனின் மின்விளக்கு எந்த அளவுக்கு உபயோகமானது என்று ஆராயச் சொன்னது. பார்லிமெண்ட் உறுப்பினர்கள் கலந்து பேசி ஓர் அறிக்கை சமர்ப்பித்தனர். அதில் ''அட்லாண்டிக்கைத் தாண்டிய நாடுகளில் வேண்டுமானால் அது பயன்படலாம். ஆனால் இங்கே அதைப்பற்றிப் பேசுவதற்குக்கூட கொஞ்சமும் அருகதையில்லாதது அது'' என்று குறித்திருந்தனர்.

16-1-1885-ல் நியூ யார்க் டைம்ஸ் பத்திரிகையில் வெளிவந்த செய்தி, ''ஒரு சில பொறிகளைத் தவிர அவருடைய விளக்குகள்

வேறு ஒளிதரப் போவதில்லை. அவர் சாதித்ததாகச் சொல்வதெல்லாம் சாத்தியமில்லாதவை என்று நிரூபிக்கப்பட்டுவிட்டது'' என்றது.

ஆனால் பின்னாளில் லைஃப் பத்திரிகை மின்விளக்கு கண்டுபிடித்து உலகை ஒளிமயமாக்கிய எடிசன் தான் யுகபுருஷர் என்று தேர்ந்தெடுத்தது. அவர் ஆயிரத்தில் ஒருவரல்ல. ஆயிரம் ஆண்டுகளில் மிகச் சிறந்த மனிதர்'' என்று எழுதியது.

ஆயிரம் ஆண்டுகளில் மக்களுக்குப் பெருந்தொண்டு செய்தவர்கள் என்று தேர்ந்தெடுக்கப்பட்ட 10 பேர் பட்டியல் இதோ:

1. தாமஸ் ஆல்வா எடிசன்
2. கிரிஸ்டோபர் கொலம்பஸ்
3. மார்ட்டின் லூதர் கிங்
4. கலிலியோ கலீலி
5. லியோனார்டோ டாவின்ச்சி
6. ஐசக் நியூட்டன்
7. ஃபெர்டினண்ட் மெகல்லன்
8. லூயி பாஸ்ட்டர்
9. சார்லஸ் டார்வின்
10. தாமஸ் ஜெஃபர்ஸன்

21-வது இடத்தில் ஆல்பர்ட் ஐன்ஸ்டைனும் 22-வது இடத்தில் மஹாத்மா காந்தியும் வருகின்றனர்.

'எடிசன் எஃபெக்ட்' என்ற ஒரு தத்துவத்தை எடிசன் கண்டுபிடித்தார். அவருடைய மின்விளக்கில் இழையின் ஓர் ஓரத்தில் கறுப்புப்பொடி படிவதைப் பார்த்தார். அது ஏன் என்ற ஆராய்ச்சிக்குள் அவர் தீவிரமாக இறங்கவில்லை. ஆனால் அதை எடிசன் எஃப்க்ட் என்று சொல்லிப் பதிப்புரிமை பெற்றார். அதனுடைய முக்கியத்துவம் அப்பொழுது அவருக்குத் தெரியவில்லை. ஆனால் அந்த எடிசன் எஃபெக்ட்தான் பின்னாளில் மற்றவர்கள் எலெக்ட்ரானிக் வால்வ் கண்டுபிடிக்க உதவியது.

பேசும்படத்தை உருவாக்க எடிசன் நினைத்தார். ஒளியும் பேச்சும் தனியாகப் பார்க்கவும் கேட்கவும் இயலும்வண்ணம் கைனட்டாஸ் கோப்பை வடிவமைத்தார். ஆனால் வாயசைப்பும் ஒலியும்

ஒத்துப்போகவில்லை. அதைச் சீர்செய்யலாம் என்று ஆய்வைத் தொடர்ந்தார். 1920-ம் ஆண்டு மெட்ரோ கோல்ட்வின் மேயர் நிறுவனத்தின் மேலாளர் ஒரு செய்தியைச் சொன்னார்: ''திரையரங்குகளில் பேசும்படத்தைத் திரையிடச் சொன்னால் நாங்கள் காட்டமாட்டோம் என்று திரையரங்க மேலாளர்கள் சொல்கின்றனர்.''

அதன் விளைவாக எடிசன் பேசும் படம் தயாரிக்கும் முயற்சியைக் கைவிட்டார். ''அமெரிக்கர் திரையரங்குகளில் எந்தச் சப்தமும் இன்றி அமைதியாகப் படம் பார்க்க விரும்புகிறார்கள். வாயசைப்பைக் கேட்பதற்கு நாடக மேடை போதும் என நினைக்கிறார்கள் போலும். எனவே பேசும்பட ஆய்வை இத்துடன் நிறுத்திக்கொள்கிறேன்'' என்றார் எடிசன்.

•

எல்லாவற்றுக்கும் மேலாக எடிசன் அமெரிக்காவின் மிக முக்கியமான தொழில் முனைவராக இருந்தார். இன்று தொழில் முனைவர்களுக்கு (entrepreneurs) எல்லா நாடுகளிலுமே ஏகப்பட்ட வரவேற்பு இருக்கிறது. எடிசன் வெறும் விஞ்ஞானியாக, புது அறிவியல் தொழில்நுட்பங்களைக் கண்டுபிடிப்பவராக மட்டும் இல்லாமல் அந்தத் தொழில்நுட்பங்களை மக்கள் பயன்படுத்தும் பொருளாகவும் மாற்றினார். அதாவது குறைந்த விலைக்கு, எக்கச்சக்கமான அளவில் உருவாக்கப்படும் (mass production) பொருள்களாக மாற்றினார்.

எடிசனின் பல கண்டுபிடிப்புகளை முதலீட்டாளர்கள் விலைக்கு வாங்கி அதிலிருந்து தொழில்களைத் தொடங்கினர். ஏற்கெனவே இயங்கிவரும் நிறுவனங்கள் சிலவும் எடிசனின் கண்டுபிடிப்புகளை விலைக்கு வாங்கின. மேலும் பல கண்டுபிடிப்புகளை தொழிலாக மாற்ற, பிற முதலீட்டாளர்களுடன் இணைந்து, எடிசனே மேற்கொண்டு முதலீடு செய்தார். பொருள்களை உற்பத்தி செய்தால் மட்டும் போதாது, அவற்றை விளம்பரப் படுத்தவேண்டும், மக்களை அந்தப் பொருள்கள் சென்றடைய வேண்டும் என்று அதற்கெனவே உழைத்தார்.

இன்றைய தொழில் முனைவர் பலருக்கும் எடிசன் ஒரு மூத்த முன்னோடி. அவர் வீடு கட்டும் சிமெண்டைக் கண்டுபிடித்தார். கான்கிரீட் கண்டுபிடித்தார். வீட்டுக்கு மின்சாரம் கிடைக்க வழி வகை செய்தார். மின்விளக்குகளைக் கண்டுபிடித்தார். வீட்டில் ஒருவர் மனமகிழ்வுடன் இருக்க ஃபோனோகிராஃப் கருவியை

உருவாக்கினார். இன்றைய வாக்மேன், டூஇன்ஒன் டேப் ரெகார்டர்கள், சிடி பிளேயர்கள் ஆகிய கருவிகளுக்கு முன்னோடி இந்த ஃபோனோகிராஃப். அசையும் படத்தைக் கண்டுபிடித்தார். இன்று அதன் குழந்தையான சினிமா, தொலைக்காட்சி நம்மை முழுமையாக ஆளுமை செய்துகொண்டிருக்கிறது! சரி, ஒட்டு மொத்தமாக, எடிசன் கண்டுபிடித்தவற்றை இங்குப் பட்டிய லிடுவோம்:

1. வாக்குப்பதிவு இயந்திரம் *(கடைசிவரை பயன்பட வில்லை)*

2. ஸ்டாக் டிக்கர் *(விநாடிக்கு விநாடி மாறும் பங்குச்சந்தைத் தகவல்களை அளிக்கும் இயந்திரம்)*

3. நான்குமடித் தந்தி

4. ஷோல்ஸ் என்பவருடன் இணைந்து டைப்ரைட்டர்

5. பட்டர் பேப்பர்

6. மிமியோகிராஃப்

7. கார்பன் ரியோஸ்டாட்

8. மைக்ரோடாசிமீட்டர்

9. கார்பன் தொலைபேசி கேட்கும் கருவி *(இதற்குப் பிறகு தான் மைக்ரோஃபோன் முதலியன உருவாகி, அதன்பின் ரேடியோ போன்றவை உருவாக வழிவகை செய்தது)*

10. ஃபோனோகிராஃப்

11. மின்சார இழை விளக்கு

12. பசை பேப்பர், தானே ஒட்டிக்கொள்ளும் கவர்கள்

13. டி.சி மின்சார மோட்டார்

14. மின்சார உற்பத்தி ஸ்டேஷன், வீடுகளுக்கான மின் இணைப்புகள்

15. மின்காந்த இரும்புத்தாது பிரிக்கும் கருவி

16. மின்சார ரயில்

17. எடிசன் எஃபெக்ட் இதை வைத்துக்கொண்டு எடிசன் ஒன்றும் செய்யவில்லையே தவிர இன்றைய மின்அணு (electronic) கருவிகள் பலவும் உருவாகக் காரணமாக இருந்தது இந்தக் கண்டுபிடிப்பு.

18. ஓடும் ரயிலில் கம்பியில்லாமல் தந்தி கொடுக்கும் முறை. இதைத்தான் பிற்காலத்தில் மார்கோனியின் நிறுவனம்

விலைக்கு வாங்கி, தன்னுடைய ரேடியோவுடன் இணைத்து பல கண்டுபிடிப்புகளை உருவாக்கியது.

19. ஃபோனோகிராஃப் இசைத்தட்டுகளில் முன்னேற்றம்
20. இயங்கு படத்தைப் பிடிக்கும் கருவி, இன்றைய சினிமாவின் முன்னோடி
21. பெரும் பாறைகளை நொறுக்கும் இயந்திரம் (இரும்புத் தாது தனிமைப்படுத்தும்போது)
22. X கதிர் கருவிகளில் பல முன்னேற்றங்கள்
23. சேம மின்கலங்கள் (ஸ்டோரேஜ் பேட்டரி)
24. கான்கிரீட் கலவைகள், போர்ட்லண்ட் சிமெண்ட்
25. பேச்சைப் பதிவு செய்யும் கருவி, தவறுகளைக் களைந்து கொள்ளலாம்
26. யுனிவர்சல் மின்சார மோட்டார்
27. பேசும், அசையும் படங்கள்
28. புதுமுறையில் கார்போலிக் அமிலம் தயாரிப்பது
29. தொலைபேசியில் நடக்கும் ஒரு விவாதத்தை இரு முனையிலும் பேசுவதைப் பதிவுசெய்யும் கருவி.

முதலாம் உலகப்போரின்போது ராணுவம் பயன்படுத்திக் கொள் வதற்கான கண்டுபிடிப்புகள்:

1. துப்பாக்கியின் சத்தத்தை வைத்து எதிரி இருக்கும் இடத்தைக் கண்டுபிடிப்பது
2. கடலுக்கு அடியில் உள்ள நீர்மூழ்கிக் கப்பல்கள் இருக்கும் இடத்தை அவை செல்லும்போது உருவாக்கும் சத்தத்தை வைத்துக் கண்டுபிடிப்பது
3. எதிரி நீர்மூழ்கிக் கப்பல்கள் தாக்கும் ஏவுகணைகளை ஏவியுள்ளன என்பதைக் கண்டுபிடிப்பது
4. கப்பல்களை வேகமாக திசைகளை மாற்றவைப்பது
5. சரக்குக் கப்பல்களை எதிரி நீர்மூழ்கிக் கப்பல்களின் தாக்குதலில் இருந்து காப்பது
6. கப்பல்களும் நீர்மூழ்கிக் கப்பல்களும் ஒன்றோடொன்று மோதும்போது சேதத்தைக் குறைப்பது
7. கண்ணி வெடிகள் நிறைந்திருக்கும் துறைமுகங்களி லிருந்து பத்திரமாக கப்பல்களை வெளியே கொண்டு வருவது

8. ஒருவகையான போர் வெடிகுண்டுகள்
9. கப்பல்களை எளிதாகக் கண்டுபிடிக்கமுடியாது வடிவத்தை மாற்றும் முறை
10. கப்பல்கள் மீது ஏவப்படும் டார்பீடோ ஏவுகணைகளை வலைமூலம் தடுக்கும் முறை
11. டார்பீடோ ஏவுகணைகளை அதிகத் திறனுடன் வடிவமைத்தல்
12. நீர்மூழ்கிக் கப்பல்களின் மிதவைகள் மூலம் கரையோரப் பாதுகாப்பு
13. நீர்மூழ்கிக் கப்பல்களின் பெரிஸ்கோப்களை மெஷின் துப்பாக்கி கொண்டு உடைப்பது
14. தண்ணீருக்கு அடியில் ஒளிரும் விளக்குகள்
15. ஒளிவிளக்குகளைக் கொண்டு அதிவேகமாக சிக்னல் தருவது
16. போர்விமானங்கள் வானத்தில் போகும்போது அவை போன பாதையில் புகை தெளிவாகத் தெரியும். அந்தப் பாதையைக் கலைப்பது
17. தண்ணீரைக் கிழித்துக் கொண்டு தாக்கும் ஏவுகணைகள்
18. வானில் விமானங்கள் வருவதைக் கண்டுபிடித்தல்
19. நீர்மூழ்கிக் கப்பலில் பெரிஸ்கோப்கள் உயர்த்தப் பட்டுள்ளன என்பதைக் கண்டறிவது

எடிசன் தன் வாழ்நாளில் மொத்தமாக 1,368 பேடண்டுகளைப் பெற்றார்.

21

''இளைஞனே, உனது திட்டத்தைச் சொல்'' என்றார் எடிசன்.

''மிஸ்டர் எடிசன், இதுதான் என் திட்டத்தின் வரைபடம். மின்சாரத்துக்குப் பதிலாக இங்கே எரிவாயு பயன்படுத்தப் படும்.'' என்றார் ஹென்றி ஃபோர்ட்.

''மிக நல்ல கருத்து. இதை எப்படிச் செயலாக்குவாய்?''

ஃபோர்ட் அவரது திட்டத்தைப் படிப்படியாக விளக்கினார். அதைக்கேட்ட எடிசன் மகிழ்ச்சியில் துள்ளினார். இந்த நிகழ்ச்சி 1896-ம் ஆண்டு எடிசன் இல்லுமினேடிங் கம்பெனியின் வருடாந்திர மாநாட்டில் நடந்தது. 1891-ல் டெட்ராய்ட்டில் உள்ள அந்த நிறுவனத்தின் கிளை அலுவலகத்தில் சேர்ந்த ஃபோர்ட் படிப்படியாக முன்னேறி தலைமை இயந்திரப் பொறியாளராகப் பதவி வகித்தார். அந்த மாநாட்டில் கலந்துகொள்ள வந்தபோது தான் எடிசனைச் சந்தித்துப் பேசினார்.

ஃபோர்டிடம் பேசும்போது எடிசன் மேடையில் மேஜையின் முன் நின்றுகொண்டிருந்தார். ஃபோர்டின் திட்டம் தந்த மகிழ்ச்சி யில் தனது கையால் மேஜையை ஓங்கித்தட்டி ''இளைஞனே, உன் திட்டம் மிக நன்று. விட்டுவிடாதே, மின்சாரக்கார் எலெக்ட்ரிக் ஸ்டேஷனின் அருகில் இயங்கவேண்டும். அல்லது பெரிய ஸ்டோரேஜ் பேட்டரி வேண்டும். நீராவி அவ்வளவாகப் பயன் படாது, தனது எரிபொருளைத் தானே சுமந்து இயங்கும் இந்தத் திட்டம் மிக அருமை. நீ வெற்றிபெற எனது வாழ்த்துகள்'' என்று சொல்லி ஃபோர்டைத் தழுவிக்கொண்டார். கூடியிருந்தவர்கள் கைதட்டினார்கள்.

''மேஜையில் தட்டிய அந்தத் தட்டு வெறும் தட்டல்ல. அது எனக்கு உலகத்தையே கொடுத்தது. அதுவரை எல்லோரும் என்னைப் பழித்தனர். எவரும் என்னைப் பாராட்டவில்லை'' என்று அவர் எழுதியுள்ள Edison as I Knew Him என்ற புத்தகத்தில் எழுதியுள்ளார் ஃபோர்ட்.

அந்த நன்றி உணர்வு எடிசன் இறந்த பிற்பாடும் நீடித்தது.

எடிசன் வெஸ்ட் ஆரஞ்ச் பகுதியில் மிகப் பெரிய ஆய்வுக்கூடமும் தொழிற்சாலையும் கட்டினாலும் அவர் இன்றும் எல்லோராலும் ''மென்லோ பார்க்கின் அதிசய மனிதர்'' என்றுதான் அழைக்கப் படுகிறார். எனவே ஹென்றி ஃபோர்ட் எடிசன் கைவிட்ட மென்லோ பார்க் சோதனைக்கூடத்தை டெட்ராய்ட்டில் தான் உருவாக்கிய கிரீன்ஃபீல்ட் வில்லேஜில் மீண்டும் உருவாக் கினார். மென்லோ பார்க்கில் மற்றவர்கள் எடுத்துச் சென்றது போக என்னவெல்லாம் மீதி இருந்தனவோ அவற்றையெல்லாம் சேகரித்து எடிசனிடம் இருந்த புகைப்படங்களை வாங்கி எடிசனிடமும் அங்குப் பணியாற்றியவர்களிடத்தும் விவரங் களைச் சேகரித்து அப்படியே உருவாக்கி விட்டார். அந்தக் கிராமத்தை எடிசனை வைத்துத்தான் திறந்தார். எடிசன் மீண்டும் உருவாக்கப்பட்ட அவரது சோதனைக்கூடத்தைப் பார்த்தபோது தனது கண்களையே நம்பமுடியவில்லை.

ஃபோர்ட் எடிசனிடம், ''மிஸ்டர் எடிசன், எப்படி இருக்கிறது? ஏதாவது சரியில்லையா?'' என்று கேட்டார்.

''ஆமாம், ஒன்று சரியில்லை'' என்று சொல்லிச் சிரித்தார் எடிசன்.

''எது சரியில்லை என்று சொல்லுங்கள், சரிப்படுத்திவிடலாம்'' என்றார் ஃபோர்ட்.

''நான் மென்லோ பார்க் ஆய்வுக்கூடத்தை இவ்வளவு சுத்தமாக வைத்திருந்ததில்லை. அங்குள்ள குப்பை இங்கே இல்லை'' என்றார் எடிசன். திருமதி ஜோர்டானின் போர்டிங் ஹவுஸ்கூட அப்படியே இடமாற்றம் பெற்றிருந்தது.

எடிசன் பொதுமக்களும் வாங்கிப் பயனடையும் வண்ணம் மின் விளக்கை மிக மலிவாக விற்றார். அதைப்போலவே ஃபோர்டும் 1909-ம் ஆண்டு $900 அடக்க விலையான காரை 1920-ல் இன்னமும் சிறப்பாகத் தயாரித்து $320க்கு விற்றார்.

எடிசன்தான் ஃபோர்டின் வழிகாட்டி, கதாநாயகன், நண்பர், குரு.

எனவே எடிசன் ஃப்ளோரிடாவில் உள்ள ஃபோர்ட் மையர்ஸில் வீடுகட்டிய போது தானும் அங்கே நிலம் வாங்கி வீடுகட்டினார். எடிசனுடைய தொழிற்சாலை தீ விபத்தால் எரிந்த பிறகு அதை மீண்டும் உருவாக்க ஃபோர்ட் உதவினார். ஃபோர்ட் புதிதாக ஏதாவது காரை உற்பத்தி செய்தால் அதன் முதல் கார் எடிசனுக்குத் தான். நட்புக்கு எடுத்துக்காட்டாக அவர்களின் நட்பு விளங்கியது.

எடிசனுக்கு மிக முக்கியமான மூன்று நண்பர்கள் ஹென்றி ஃபோர்ட், ஹார்வே ஃப்யர்ஸ்டோன் (கார் டயர் உற்பத்தியாளர்), ஜான் பர்ரோ (இயற்கை ரசிகர்). அவர்களை உயிரினும் மேலாக மதித்தார் எடிசன். "உங்களுக்கு இந்த உலகம் வேண்டுமா அல்லது உங்கள் நண்பர்கள் வேண்டுமா?" என்று கேட்டால் என் நண்பர்கள்தான் வேண்டும் என்று சொல்லும் அளவுக்கு நேசித்தார். அவர்களோடு வருடத்துக்கு ஒரு முறை எங்கேனும் காட்டுப்பகுதிக்குள் உல்லாசப்பயணம் சென்று விடுவார். அதைப்பற்றி 'There To Breathe The Beauty' என்ற தலைப்பில் நார்மன் ப்ராவர் என்பவர் ஒரு தனிப்புத்தகமே எழுதியிருக்கிறார். இந்த நால்வருடன் அப்பொழுது ஜனாதிபதியாக இருந்த ஹெர்பர்ட் ஹூவர் தன் குடும்பத்துடன் கலந்து கொள்வதுண்டு.

21-10-1929 அன்று எடிசன் மின்விளக்கை கண்டுபிடித்த ஐம்பதாண்டுகள் நிறைவுபெற்றது. அதைக்கொண்டாடும் வகையில் ஃபோர்ட் உலகமெங்கும் அதைத் திருவிழாவாகக் கொண்டாட ஏற்பாடு செய்தார்.

ஜனாதிபதி ஹெர்பர்ட் ஹூவர் கலந்துகொண்டு சிறப்பிக்கும் விழா டெட்ராய்ட்டில் டியர்பானில் உள்ள கிரீன்ஃபீல்ட் வில்லேஜில் ஏற்பாடு செய்யப்பட்டது. ரயில்வே ஸ்டேஷனில் எடிசன் வந்து இறங்கியதும் உலகப்புகழ்பெற்ற பிரமுகர்கள் பலரும் அவரை அங்கே வரவேற்றனர். கிரீன்ஃபீல்டில் புதுப்பித்து நிறுவப்பட்டிருந்த சோதனைக்கூடத்தில் 1879 அக்டோபர் மாதம் 21-ந்தேதி மின்விளக்கு எரிந்த அந்நிகழ்ச்சியை மீண்டும் எடிசன் செய்துகாட்டும்படி ஏற்பாடு. அந்த நிகழ்ச்சியை வானொலியில் நேரடியாக ஒலிபரப்பினார்கள்.

வானொலி கேட்டுக்கொண்டிருந்தவர்களிடம் எடிசன் மின் விளக்கை இயக்குவதற்குமுன் தங்கள் வீட்டு விளக்குகளை

எடிசன்: கண்டுபிடிப்புகளின் கதாநாயகன் • 159

எல்லாம் அணைத்துவிடும்படிச் சொன்னார்கள். எடிசன் 'Let there be light' என்று சொன்னதும் எல்லோரும் விளக்குகளை மீண்டும் எரியவிடும்படி கேட்டுக்கொண்டார்கள். அதன் படி எடிசன் 'Let there be light' என்று சொன்னதும் எங்கும் விளக்குகள் எரிந்தன. எடிசன் உணர்ச்சிவயப்பட்டார். சிறப்புக் கூட்டத்துக்காக இண்டி பெண்டன்ஸ் டே ஹாலுக்கு (அதையும் ஃபோர்ட், பிலடெல்பியாவிலிருந்து கிரீன்ஃபீல்ட் வில்லேஜுக்கு மாற்றி யிருந்தார்) அழைத்துவரப்பட்டார். காரிலிருந்து இறங்கி வாயிற் படியில் கால்வைத்ததும் தளர்ச்சியினாலும் உணர்ச்சிவயப் பட்டதாலும் எடிசன் மயங்கி விழுந்துவிட்டார்.

அவருடைய மனைவி மினா அவரைத் தாங்கிப் பிடித்து அவருக்குப் பால் தருவித்துக் கொடுத்தார். பிறகு அவரது காதில் ''சுதாரித்துக்கொள்ளுங்கள். உங்களுக்காக, உங்கள் உரையைக் கேட்பதற்காக இந்த உலகமே காத்துக்கொண்டிருக்கிறது'' என்றார். எடிசன் மெதுவாகக் கண்விழித்தார். அவரைக் கைத் தாங்கலாக மேடைக்கு அழைத்துச் சென்றனர். ஜனாதிபதி தலைமை. அந்தக் கூட்டத்துக்கு மேடம் கியூரி, ஆர்வில் ரைட், சினிமா நடிகர் வில் ரோஜெர்ஸ் ஆகியோர் வந்திருந்தனர். எடிசன் ஒருவழியாகச் சுதாரித்து, தான் தயாராக எழுதிவைத்திருந்த பேச்சைப் படித்தார். முடிக்கும் போது, ''நான் உணர்ச்சிவயப் பட்டிருக்கிறேன். என்னால் பேச முடியவில்லை. ஹென்றி ஃபோர்டைப் பற்றி நான் எவ்வளவு சொன்னாலும் போதாது. ஒன்றே ஒன்று மட்டும் சொல்கிறேன். அதுவும் நண்பன் என்ற சொல்லின் மிக ஆழமான, ஆழமான பொருளைப் புரிந்து கொள் பவர்களுக்குச் சொல்கிறேன், ஹென்றி ஃபோர்ட் என்னுடைய நண்பன்.''

கிரீன்ஃபீல்டில் இருக்கும் மென்லோ பார்க் சோதனைச் சாலையில் அன்று எடிசன் அமர்ந்து தனது மின்விளக்கு கண்டு பிடிப்பைத் திரும்பச் செய்துகாட்டியபோது அமர்ந்திருந்த நாற்காலியை அங்கிருந்து எக்காரணம் கொண்டும் நகர்த்தக் கூடாது என்றும் அந்தக் கட்டடம் இருக்குமட்டும் அந்த நாற்காலியும் அங்கேயே இருக்க வேண்டும் என்றும் ஃபோர்ட் தனது ஊழியர்களுக்குக் கட்டளையிட்டார். அதுமட்டுமல்ல. வேறு யாரேனும் நகர்த்திவிடக்கூடாது என்பதற்காக அதைத் தரைக்கட்டையோடு ஆணியடித்துப் பொருத்தச் சொல்லி விட்டார். பிற்காலத்தில் அச்சோதனைக்கூடத்தின் தரைப்பலகை பழுதடைந்தது. அதை மாற்றும்பொழுது எடிசன் அமர்ந்த

நாற்காலிக்குக் கீழிருந்த பலகையைப் பலப்படுத்தினார்கள். அதை மாற்றவில்லை. இன்றும் கிரீன்ஃபீல்ட் வில்லேஜில் அதே நிலையில் இருக்கிறது.

1929-ம் ஆண்டு செப்டம்பர் மாதம் 27-ம் தேதி கிரீன்ஃபீல்ட் வில்லேஜை எடிசன்தான் திறந்துவைத்தார். அப்பொழுது ஃபோர்ட் வாயிற்பக்கம் காயாமல் ஈரநிலையில் வைக்கப்பட்டிருந்த ஒரு சிமெண்ட் பலகை மீது அவரது பெயரை எழுதும்படி எடிசனை வேண்டினார். எடிசன் தனது கைத்தடியால் அந்தப் பலகையில் தன் பெயரை எழுதினார். மின்விளக்கைக் கண்டு பிடித்த பிறகு லாட அமைப்பில் இருந்த மின்னிழையைக் குறிக்கும்வண்ணம் எடிசன் தனது கையெழுத்தில் முதல் எழுத்தையும் 'E' என்ற எழுத்தையும் லாடவடிவில் இணைப்பதை வழக்கமாகக் கொண்டிருந்தார். அந்தவகையில் அந்த சிமெண்ட் பலகையில் முதல் எழுத்தையும் 'E' எழுத்தையும் இணைத்தார்.

ஃபோர்ட் கிரீன்ஃபீல்ட் வில்லேஜுக்கு 'The Edison Institute' என்று பெயர் சூட்டினார். இன்றும் அதன் வாயில் இரும்புக்கிராதியில் அவ்வெழுத்துக்கள் தங்க நிறத்தில் ஒளிவிட்டுக்கொண்டிருக்கின்றன.

எடிசனும் ஃபோர்டும் உயிர் நண்பர்கள். ஆனாலும் இருவருக்கும் கருத்து வேறுபாடுகள் உண்டு. அவை தமது நட்பைப் பாதிக்க அவர்கள் அனுமதித்ததில்லை.

ஃபோர்டுக்கு மறுபிறவியில் நம்பிக்கை உண்டு. ஆன்மா அழிவில்லாதது, தொடர்ச்சி உடையது என்று நம்பினார். ஆனால் எடிசனுக்கு அந்த நம்பிக்கை கிடையாது.

ஆனால் எடிசன் மனிதனுடைய அறிவு அழிவதில்லை, அவன் இறந்தபிறகு அந்நினைவு சிறு சிறு துகள்களாக ஒரு காலனியை அமைத்துக்கொண்டு மின்னணு போல வெளியில் பரவி வேறோர் உயிரில் புகுந்து கொள்கிறது. எனவே அறிவுக்கு அழிவில்லை என்றார். அச்சிறு துகள்களைச் செல்லமாக 'சின்னப் பயல்கள்' என்று குறிப்பிட்டார்.

''மனத்தில் பல சின்னச்சின்ன துணுக்குகள் இருக்கின்றன. அவை மனிதன் இறந்தபின்பு இன்னொரு உயிருக்குச் செல்கின்றன. சிலர் சக்திவாய்ந்த ஈர்ப்பு ஆன்டென்னாவுடன் பிறக்கிறார்கள்.

அவர்களுக்கு நிறையக் கிடைக்கிறது. எடிசன் அப்படி நிறையப் பெற்ற ஒருவர்'' என்றார் ஃபோர்ட்.

எடிசனின் காதுகள் கேட்கவில்லையே தவிர அவரால் கடித்தோ பிடித்தோ ஒலியைக் கேட்கமுடியும். அதுமட்டுமல்ல. சில ஒலிப்பதிவுகளைக் கண்காணிக்கவும் முடியும். ஒருமுறை ஒரு பெரிய பியானோ இசைக்கலைஞர் ஹன்ஸ் ஒன் புலோவை எடிசன் தானே ஒலிப்பதிவு செய்தார். பதிவு முடிந்ததும் எடிசன் ''நீங்கள் ஓர் இடத்தில் இந்த நோட்டில் பிழை செய்தீர்கள்'' என்றார். அவர் மறுத்தார். எடிசன் பதிவைப் போட்டுக்காட்டிய போது தான் பிழை செய்ததை ஒப்புக்கொண்ட புலோ அங்கேயே மயங்கிவிழுந்தார். இது எடிசன் அதீத ஞானம் பெற்றதன் விளைவு என்றார் ஃபோர்ட்.

ஃபோர்ட் தனது பதினாறு வயதில் ஓடாத கடிகாரத்தை அக்கு வேறு ஆணிவேறாகப் பிரித்து ஓடவைத்தார். அவருக்கு அதற்கு முன் கடிகாரத்தைப் பற்றி ஒன்றும் தெரியாது. அவர் தந்தை குடும்பமோ, தாய் குடும்பமோ எந்தவிதமான இயந்திர அறிவும் இல்லாதவர்கள். எனவே அந்த அறிவு எனக்கு முந்தைய பிறவியி லிருந்து வந்தது என்றார் ஃபோர்ட். அவரால் எந்த இயந்திரத்தை யும் பழுதுபார்க்க முடியும். அதனால்தான் இயந்திரக் கல்வியின்றி பெட்ரோலால் ஓடும் காரை உருவாக்க முடிந்தது.

பொன்விழா கொண்டாடி இரண்டாண்டுகள் கழித்து 1931-ம் ஆண்டு அக்டோபர் மாதம் எடிசன் உடல்நிலை சீர்கெட்டது. அவர் சிறுநீரகம் பாதிக்கப்பட்டு படுக்கையில் கிடந்தார். அவரது மனைவி மினா அவர் அருகில் இருந்தார். ஜன்னலைப் பார்த்த எடிசன், ''மினா, அங்கே என்ன அழகாயிருக்கிறது பார்'' என்றார். அதுதான் அவர் கடைசியாகப் பேசியது. பின்பு சுயநினை விழந்தார். சில தினங்கள் கோமாவில் இருந்தார். க்ளென் மாண்டில் அவரது மாளிகையில் இருந்த கார் நிறுத்தும் இடத்தில் பத்திரிகையாளர்கள் குழுமியிருந்தனர்.

எடிசன் மின்விளக்கில் ஆய்வு செய்தாலும் அவருடைய மனமெல்லாம் ரசாயனத்தில் இருந்தது. எனவே எடிசனின் மகன் சார்லஸ் மரணப்படுக்கையில் இருந்த தன் தந்தையின் தலை மாட்டில் ஏழு சோதனைக்குழாய்களை ஒரு மர ஸ்டாண்டில் அடுக்கிவைத்தார். பக்கத்திலேயே சில ரசாயனப் பொருள் களையும் வைத்தார். தந்தையின் கடைசி மூச்சு பிரிந்ததும் அந்த

ஏழு சோதனைக்குழாய்களிலும் அந்த அறையிலுள்ள காற்றைப் பிடித்து பாரஃபின் மெழுகால் அடைத்து விடும்படி டாக்டர் ஹபார்ட் எஸ் ஹோவிடம் சார்லஸ் சொன்னார். 1929 அக்டோபர் மாதம் 18-ம் தேதி எடிசனின் கடைசி மூச்சு பிரிந்தது. டாக்டர் ஹோ சோதனைக் குழாய் ஒவ்வொன்றையும் உயரே தூக்கிப் பிடித்து பாரஃபின் மெழுகால் அடைத்தார்.

அந்தச் சோதனைக்குழாய்களில் ஒன்று ஃபோர்டுக்குக் கொடுக்கப்பட்டது. 1947-ல் ஃபோர்ட் இறக்கும் வரை அது அவருடனேயே இருந்தது. அதன் பிறகு அது கிரீன்ஃபீல்ட் வில்லேஜில் பத்திரமாக வைக்கப்பட்டுள்ளது. மற்ற ஆறு சோதனைக் குழாய்களும் ஃபோர்ட் மையர்ஸ் மாளிகையில் உள்ளன. ''தனது ஃபோனோகிராஃப் மரணத்தருவாயில் இருப்ப வருடைய குரலைப் பதிவு செய்து வைக்கப் பயன்படும்'' என்றார் எடிசன். ஆனால் அவர் கோமாவில் மரணம் அடைந்துவிட்டதால் அவரது குரலைப் பதிவு செய்ய இயலவில்லை.

எடிசன் உயிரோடு இருந்த போது ''எடிசனுடன் ஒருநாள்'' என்ற படம் ஒன்று எடுக்கப்பட்டது. வீட்டிலிருந்து சோதனைச் சாலைக்கு வருவதில் தொடங்கி, சோதனைச் சாலையை விட்டுச் செல்லும்போது அவர் ஊழியர் பதிவேட்டில் கையொப்பம் இடுவதுவரை எல்லா நிகழ்ச்சிகளையும் படம் பிடித்து வைத் திருக்கிறார்கள். அவருடைய வாழ்க்கையை மெட்ரோ கோல்ட் வின் மேயர் நிறுவனம் 'யங் டாம் எடிசன்' என்றும் 'எடிசன் தி மேன்' என்றும் இரண்டு படங்களாக எடுத்திருக்கிறது.

அவருடைய பெயரில் நியூ ஜெர்ஸியில் பழைய மென்லோ பார்க்கின் பெரும்பகுதி எடிசன் நகர் என்று பெயர்மாற்றம் பெற்றிருக்கிறது.

ஒவ்வோர் ஆண்டும் பிப்ரவரி மாதம் ஃபோர்ட் மையர்ஸ் நகரில் மிகப் பெரிய அளவில் மின்விளக்குத் திருவிழா மூன்று நாள்கள் நடத்துகிறார்கள்.

எடிசன் மறைந்தாலும் அவர் கண்டுபிடித்த மின்விளக்கு என்றென்றும் உலகத்தை ஒளிமயமாக்கிக் கொண்டிருக்கும்.

எடிசனின் பொன்மொழிகள்

- நம்மால் இயன்றதையெல்லாம் நாம் செய்தால் நம்மை நாமே அசத்தி விடுவோம்.

- வாய்ப்பு என்பது உழைப்பென்னும் வேடமிட்டு வருவதால் பலர் அதைத் தவற விடுகிறார்கள்.

- கைவிட நேரும் முயற்சி என்னைக் கலங்கடிப்பதில்லை. அது முன்னேற்றத்துக்குப் படி அமைத்துக் கொடுக்கிறது.

- பரிணாமத்தின் இலக்கு வன்முறை இன்மை. மற்ற உயிருக்குத் தீங்கு செய்பவன் காட்டுமிராண்டி.

- காத்திருக்கையில் கவனமோடு இரு. எல்லாம் கைகூடும்.

- கூர்ந்த மதி என்பது ஒரு விழுக்காடு உள்ளுணர்வு, 99 விழுக்காடு வியர்வை.

- துணிந்து செல். வியாபாரத்தில் நான் பல வீழ்ச்சிகளைச் சந்தித்திருக்கிறேன். அமெரிக்கா எப்பொழுதும் பலமாகவும் வளமாகவும் வளர்ந்துள்ளது. உன் மூதாதையரைப் போல் துணிவு கொள். நம்பு. முன்னேறு. - ராணுவ வீரர்களுக்கு அறிவுரை 1915.

- வாய்ப்பும் வகையான திட்டமும் சந்திப்பதுதான் அதிர்ஷ்டம்.

- பெரிய சிந்தனைகள் உன் தசைகளில் உருவாகின்றன.

- எனக்கு நல்ல நண்பர்கள் இருக்கிறார்கள். இந்த உலக ஆட்சியைக் கொடுத்தாலும் அவர்களை இழக்க விரும்பேன்.

- இன்னமும் சிறப்பாகச் செய்ய முடியுமா வழியைக் கண்டுபிடி.

- நான் ஒன்றை அடைய நினைத்தால் எத்தனை சோதனை களுக்கும் சளைக்க மாட்டேன். முயல்வேன், முயல்வேன், அடையும் வரை முயல்வேன்.

- மற்றவர்கள் வெற்றிகரமாகப் பயன்படுத்தியதிலிருந்து புதியதாகச் செய்யப் பார். நீ எதை அடைய விரும்பு கிறாயோ அதற்கு அதை ஒத்துப்போகச் செய்வதில்தான் நீ வெளிப்படுகிறாய்.

- எடுத்த செயலை முடிக்காமல் கைவிடும்போது வெற்றிக்கு எவ்வளவு அருகில் இருக்கிறோம் என்று பலருக்குத் தெரிவதில்லை. எனவே தோல்வியைத் தழுவுகிறார்கள்.

- படபடப்பு அதிருப்தியால் வருகிறது. ஆனால் அதிருப்தி தான் முன்னேற்றத்துக்கு இட்டுச் செல்கிறது. முழுத் திருப்தியடைந்த ஒருவனை என்னிடம் காட்டுங்கள். அவனது ஒரு தோல்வியை நான் காட்டுகிறேன்.

- கழுத்துக்குக் கீழே ஒரு மனிதனுடைய மதிப்பு ஒரு நாளைக்கு ஓரிரு டாலர்கள். ஆனால் கழுத்துக்கு மேலே வானமே எல்லை.

- உலகத்துக்கு என்ன தேவை என்பதை முதலில் கண்டு பிடிக்கிறேன். அதன்பின் அந்தத் தேவையைக் கண்டு பிடிக்க முனைகிறேன்.

- நான் ஏன் புதிது புதிதாகக் கண்டுபிடிக்கிறேன்? இன்னொரு கண்டுபிடிப்புக்குப் பணம் சேர்க்கத்தான்.

- நல்ல கருத்து அழிவதில்லை. அக்கருத்துக்குரியவர் இறக்க லாம். ஆனால் அது இன்னொரு மனத்துள் புகுந்து கொள்கிறது.

- மனிதன் ஒரு புல்லிதழைப் போல இன்னொன்றை உருவாக்கும் வரை அவனுடைய அறிவியல் அறிவைக் கண்டு இயற்கை சிரிக்கும்.

- கடிகாரத்தின் முள்கள் வேகமாக ஓடுவதைப் பார்த்தால் எனக்கு எரிச்சல் வருகிறது.

- எவ்வளவோ செய்ய வேண்டியிருக்கிறது. நேரமோ குறைவு. இதை நினைக்கும்போதுதான் நான் பொறுமை இழக்கிறேன்.

- வீழ்ச்சி எழுச்சிக்கு ஊக்கம்!

- ஒரு கருத்தைப் பிடித்துக்கொண்டு அதை வெற்றிகரமாக அடைபவனை நான் மதிக்கிறேன். ஆயிரம் சிந்தனைகளை வைத்துக்கொண்டு ஏதும் செய்யாதவனை நான் மதிப்பதில்லை.

- நான் புத்தகங்களைப் படிக்கவில்லை. நூலகத்தைப் படித்தேன்.

- தோல்வியா? யார் சொன்னது, ஆயிரக்கணக்கான பொருள்கள் பயன்படமாட்டா எனக் கண்டிருக்கிறேனே! அதுதான் வெற்றி.

- வெற்றிக்கு அடிப்படை, கொண்டது விடாமை.

குறிப்புகளுக்காக